ሥነ-ቁጥር ወ ሥነ-ሥፍራ ዘዩክሊድ

ለቦረን አንደኛ ደረጃ ትምሕርት ቤት ፣ በትምሕርት ቤቱ ሀሁ ላስቆጠሩኝ መምህራን ለተስፋዬ አህመድ ፣ ለእንዳለ ፣ ለታደለ ፣ ለጥበቡ ፣ ለአስቻለው ጉልቴ ማስታወሻ ይሁንልኝ።

አንተነህ ብሩ

ለማንኛውም አስተያየት

antenehbiru@gmail.com

ይጠቀሙ

ይዘት

መቅድም

ጸሐፊው

በወሎ ክፍለ ሀገር በምትገኝ ጠበል አፋፍ በምትባል አነስተኛ መንደር ውስጥ በ፲፱፸፫ ድልከ ተወለድሁ። አስኳላ ትምህርት ከመግባቴ በፊት ፊደልን በመጀመሪያ በቤት በኋላም በአካባቢው በሚገኝ መሪጌታ ዘንድ ተምሬያለሁ። የአንደኛ ደረጃ ትምህርቴን በቦረን አንደኛ ደረጃ ትምህርት ቤት አጠናቅቄያለሁ። ፯ኛ እና ፰ኛ ክፍልን በወረኢሉ አንደኛ እና መለስተኛ ሁለተኛ ደረጃ ትምህርት ቤት ፣ ፱ኛ እና ፲ኛ ክፍልን በወረኢሉ ከፍተኛ ደረጃ ትምህርት ቤት ተከታትያለሁ። የቀረውን በጎንደር ፋሲለደስ ትምህርት ቤት አጠናቅቄ የአሥራ ሁለተኛ ክፍልን የመልቀቂያ ፈታና በ፲፱፺፬ ተፈትኘ ከጅማ ዩኒቨርሲቲ የሲቪል ምህንድስና በ፲፱፺፺ ድልከ የመጀመሪያ ደረጃ ማዓርግ ተቀብያለሁ። በጅማ ዩኒቨርሲቲ የሲቪል ምህንድስና የትምህርት ክፍል ባስተማሪነት እና የዩኒቨርሲቲውን የምህንድስና ክፍል በማደራጀት ፣ የምክር አገልግሎት በመስጠት ፣ የዐቅድ ማውጣት ፣ የቦታና የሕንጻ ግመታ ሥራን ወዘተ እየሠራሁ ለሁለት ዓመታት ቆይቻለሁ። በ፳፻ ድልከ ባገኙሁት የውጭ የትምህርት ዕድል በኔዘርላንድ ፣ ደልፍት ዮኒቨርሲቲ በመሬት ምህንድስና

(ጅኦቴክኒካል ምህንድስና) የሁለተኛ ደረጃ መዓርግ አጠናቅቄያለሁ። ላጭር ጊዜ በኔዘርላንድ ፐላክሲስ በሚባል የሶፍትዌር አበልጻጊ መሥሪያ ቤት ውስጥ ሠርቻለሁ። ከሾየር - ሾየጊድልከ በኖርወይ ፣ በኖርወያውያን የሳይንስ እና ቴክኖሎጂ ዩኒቨርሲቲ (ከፍተኛ መካነ ትምህርት) በመሬት ምህንድስና ለሦስተኛ ደረጃ መዓርግ የሚያበቃ የምርምር ሥራ ሠርቻለሁ። በአሁኑ ጊዜ በኖርወይ ፣ በመሃንዲስነት እየሠራሁ እገኛለሁ።

የመነሳሻ ሐሳብ

ይኸን እና ከዚህ አስከትየ የማሳትማቸውን አጫጭር መጻሕፍት እንድጽፍ ያነሳሱኝ ብዙ ምክንያቶች ናቸው። ከነዚህም ውስጥ አንደኛው ምክንያት በአንድ ኮንፈረንስ ላይ ባቀረብኩት የምርምር ሥራ ምክንያት የኮንፈረሱ አዘጋጆች በሽልማት መልክ የዩክሊድን መጽሐፍ አበረከቱልኝ። ዩክሊድ ከክርስቶስ ልደት በፊት ጥቂት ምኢት ዓመታት ቀደም ብሎ የነበረ ሰው ነበር። ሥራው በብዙ ቋንቋዎች እንደተተረጎመ ተረዳሁ። መጽሐፉ ከተደረሰበት ዘመን አንጻር ፣ እኛስ እንዴት መጽሓፉ በግእዝ ተተርጉሞ አላገኘነውም የሚል ሐሳብ አደረብኝ[1] ምናልባት በአንዱ አውዳሚ ጦርነት ተቃጥሎ ሊሆን ይችል ይሆን ስለ አሰብኩ። አሁንም ቢሆን ቋንቋን ከማዳበር አንጻር ይዘቱ ተተርጉሞ ቢቀርብ መልካም ነው ብየ አሰብኩ።

---

[1] ቀደምት (የዘመነ ግእዝ) ሊቃውንት ብዙ መጻሕፍትን ይጽፉ እና ይተረጉሙም ነበር ፣ ለዚህ ምስክር በሀገራችን እና ከሀገር ውጭ የሚገኙ ብዙ በግእዝ የተጻፉ መጻሕፍት ናቸው።

ሁለተኛ ኢትዮጵያውያን ሕፃናት በመቅረጸ ትዕይንት እየቀረቡ አንዳንድ የሥነፈለክ ዝርዝሮችን ሲወያዩ ዐየሁ። እነሀ ልጆች በዚህ ዕድሜያቸው ይህን ያህል ፍላጎት ካደረባቸው ፣ ለጊዜው መርኃግብር ማሟያ ከሚሆኑ ፣ በተለያዩ ግብአቶች ቢወጠሩ ለሀገራቸው በተለያየ የትምህርት ዘርፍ ብዙ ሊያበረክቱ ይችሉ ነበር ስለ አሰብኩ[2]።

በሦስተኛ ደረጃ የአማርኛ ቋንቋ የሀገራችንን ማኅበረሰባት የሚያስተሳስር ድር ነው። ይህ ቋንቋ በሚገባው እንዲያድግ በተለያዩ የትምሕርት ዘርፎች የተሰማሩ ምሁራን የየመስካቸውን ዕውቀት ቢተረጉሙ መልካም ነው ብየ አሰብኩ። ለዚህም የዐቅሜን ለማበርከት ሐሳብ አደረብኝ።

ታሪክ ፣ ሥነ ቁስ ፣ ሒሳብ እና ፍልስፍና ባገኘሁት አጋጣሚ የማጠናቸው ዘርፎች ናቸው። በ8 ዓመታት በፊት የአንጻራዊነትን ንድፈ ሐሳብ ለማጥናት እና በአማርኛ ለመጻፍ ወሰንኩ። የመጀመሪያ ደረጃ የወጥ አንጻራዊነት ንድፈ ሐሳብን ባጭር ጊዜ አጥንቸ ባማርኛ ጻፍኩት። ነገር ግን አንዳንድ ቃላትን ስተረጉማቸው ድንገተኛ ሆኑብኝ። ስለዚህ መሰረታዊ የሒሳብ አስተምህሮዎችንም ለመጨመር ወሰንኩ። ሂደቱ በዚች መጽሐፍ የቀረበውን እና በተከታይ መጻሕፍት የማቀርበውን ይዘት አስገኘ።

---

[2] ለወላጆች ፣ ልጆቻችሁ በተለያዩ የትምሕርት ዘርፎች ዝንባሌ እንዳላቸው ስታዩ ፣ እያበረታታችሁ አንድ ደረጃ ከፍ ያለ ፈቲን አቅርቡላቸው እንጅ ለከንቱ ውዳሴ አደባባይ አታውጧቸው። የሚናገሩትን ነገር በዐይነ ኅሊናቸው በውል እንዲመለከቱ ጊዜ እና ብስለት ያስፈልጋቸዋል።

የአማርኛ ቋንቋ

ኢትዮጵያ በብዙ ቋንቋዎች የታደለች ሀገር ናት። አብዛኞቹ የንግግር ቋንቋዎች ናቸው። በጣም ጥቂቶች የጽሑፍ ዘርፍም አላቸው። ከነዚህ አንዱ እና ብዙ ተናጋሪ ያለው አማርኛ ነው።

የአማርኛ ቋንቋን አነሳስ እና ዕድገት በተመለከተ ሦስት መላምቶች ይገኛሉ። አንደኛ ፣ የአማርኛ ቋንቋ ከግእዝ ጋር በትይዩነት የነበረ ፣ በዘመነ አኩስም ይነገር የነበረ ቋንቋ ነው ይላሉ። ለዚህም እንደ ማስረጃነት አንዳንድ የአኩስም ነገሥታት ስያሜን ያቀርባሉ[3]።

አንዳንድ ጸሓፍት ደግሞ «የአማርኛ ቋንቋ የተለያየ ቋንቋ ተናጋሪ ከነበሩ ማኅበረሰባት የተወጣጡ ወታደሮች ተዳቅሎ የተበለጸገ ቋንቋ ነው» ይሉናል። ይኸ ታሪካዊ ክስተት መቸ እንደሆነ ለነገሩም ማስረጃ ስለመኖሩ ርግጠኛ አይደለሁም።

በሌሎች ደግሞ አማርኛ የንጉሣውያን ቋንቋ እንደነበርና አፈ ንጉሥ ይባልም እንደነበረ ይነገራል።

ቋንቋው በሀገሪቱ ከሚገኙ የተለያዩ ቋንቋዎች ቃላትን በመጠቀም እንደበለጸገ መረዳት ይቻላል። በቋንቋው የሚገኙ ብዙ ቃላት ፣ በተለያዩ የሀገራችን ሌሎች ቋንቋዎችም ይገኛሉ። በዘመነ አኩስም እና ዛጔ (ዘአገዌ) የመንግሥት እና የሥነ-ጽሑፍ ቋንቋ የነበረው ግእዝ ነበር።

---

[3] ለምሳሌ ጉም (708–732) ፣ አስጎምጉም (732–737) ፣ ለትም (732–737) ፣ ውድም አስፈሬ (802–832)

አማርኛ በንግግር ቋንቋነት ብቻ ለዘመናት ቆይቶ ፣ ከ፲፬ኛው መቶ ክፍለ ዘመን ጀምሮ የግእዝ ፊደላትን በመዋስና በግእዝ ቋንቋ የሌሉ የአማርኛ ድምጾችን የሚወክሉ ፊደላትን በመቅረጽ የጽሑፍ ቋንቋ መሆን ጀምሯል[4]። ለምሣሌ ለዐፄ አምደ ጽዮን በአማርኛ የተጻፉ ግጥሞች ነበሩ[5]።

በተለይም ከዐፄ ቴዎድሮስ ፪ኛ ዘመነ መንግሥት ጀምሮ በግእዝ ይጻፉ የነበሩ ዜና መዋዕሎች እና የቤተ ክህነት ትምህርቶች በአማርኛ መጻፍ በመጀመሩ የአማርኛ ቋንቋን ሥነ-ጽሑፋዊ ዘርፍ በማስፋፋት ላይ አስተዋጽኦ አድርገዋል። የአፄ ቴዎድሮስ ዜና መዋዕል ፣ መጽሐፈ ጨዋታ ፣ ጌወግራፊያ[6] ከነዚህ ጥቂቶቹ ናቸው። ከዚያ በኋላ በርካታ መጻሕፍት ባማርኛ ታትመዋል። ከነዚህ ብዙውን እጅ የሚይዙት የልብ-ወለድ መጻሕፍት ናቸው። የሃይማኖት መጻሕፍት እና የፖለቲካና አስተዳደር መጻሕፍትም እንደዚሁ በመለስተኛ መጠን አሉ። በአማርኛ ቋንቋ የተጻፉ የሳይንስ እና የሥነዘዴ (ቴክኖሎጂ) መጻሕፍት ግን እጅግ ውሱን ናቸው። በተለይም ሒሳብ ነክ የሆኑት የሳይንስ ዘርፎች እዚህ ግባ የሚባል ቁጥር የላቸውም። እነዚህ ዘርፎች የሚፈልጓቸውን ቃላት በቋንቋው ለማስገባት በተለይም በመጀመሪያ የትምህርት

---

[4]ጥናት ያስፈልገዋል።

[5]https//am.wikipedia.org/wiki/የወታደሮች_መዝሙር

[6]የቴዎድሮስን ዜና መዋዕል የጻፈው አለቃ ዘነብ ፣ መጽሐፈ ጨዋታ ሥጋዊ ወመንፈሳዊ የተሰኘ ፍልስፍና እና ሃይማኖትን ባንድ ላይ የያዘ መጽሐፍን ባማርኛ ጽፏል። በዚሁ ወቅት ጌወግራፊያ (ሥፍረ ምድር) የተሰኘ መጽሐፍም ቻርለስ ዊሊያም ኢዘንበርግ በተባለ እንግሊዛዊ ሚስዮን ባማርኛ ተጽፎ ታትሟል።

ደረጃ ውሱን የሆነ ጥረት ቢደረግም ቅሉ ከመማሪያ መጻሕፍት ውስጥ ያለፈ ለሳይንሳዊ ግኝቶች እና ምህንድስናዊ ዕውቀቶች ተግባራዊ ግልጋሎት ማሳለጫነት ሲውሉ አይታይም። እስከአሁን ያለው በአማርኛ የመተርጎም እና የመመርመር ሥራ ውሱን ነው። ይኸም በመሆኑ ዘመናዊ የዕውቀት ዘርፎች በአማርኛም ሆነ በሌሎች የሀገራችን ቋንቋ ተተርጉመው አይገኙም። በተለይም የአማርኛ ቋንቋ ብዙ የሀገራችን ማኅበረሰቦችን የማስተሳሰሪያ ድልድይ እንደመሆኑ መጠን በዚህ ዘመን ሊያድግ የሚገባውን ያህል አላደገም። ለዚህም አራት ዐበይት ምክንያቶችን መጥቀስ ይቻላል።

- የዘመናችን ሥነ-አስተዳደር ፣ ለቋንቋ ያለው ዕይታ የተዛባ በመሆኑ በአማርኛ ቋንቋ የዕድገት ሂደት ላይ አሉታዊ ተጽእኖ ማሳደሩ።
- በቋንቋው የምርምር ሥራን የማቅረብ ተነሳሽነት በምሁራኑ ዘንድ ደካማ መሆኑ።
- የቋንቋውን ብልጸጋ የሚከታተሉ ተቋሞች አለመኖራቸው።
- በዘመናችን የሳይንሳዊ ምርምር ውጤቶች የሚቀርቡት በአብዛኛው በእንግሊዝኛ በመሆኑ ፣ የእንግሊዝኛ ቋንቋ እንደ ብቸኛ የሳይንስ ቋንቋ ተደርጎ በመወሰዱ[7]።

---

7 ይኸ አስተሳሰብ በተለይ የእንግሊዝኛ ተናጋሪ ያልሆነ እና ከቋንቋው ባህል ጋር ቅርበት የሌለውን ማኅበረሰብ የሥነዘዴዎች ተጠቃሚ እንዳይሆን ፣ የዕውቀቱ ባለቤት እንዳይሆን የሚያደርግ ነው። በተቀባዩ ዘንድ ያለው ዕውቀት ጥራዝ ነጠቅ ፣ ሽርፍራፊ እና ግልብ

አማርኛ ቋንቋን የዘመኑን የሰው ልጅ የዕውቀት ዘርፎች ለመግለጽ የሚያስችል እንዲሆን የምርምር ሥራዎች በቋንቋው መቅረብ ይኖርባቸዋል። ለዚህም ተስማሚ የሆኑ ቃላትን ለማበልጸግ የተለያዩ ዘዴዎችን ልንጠቀም እንችላለን። ለምሳሌ ፣ በቋንቋው የማይገኙ ቃላትን ከሌላ ቋንቋ ቀጥታ በመዋስ ፣ ቃላቱን በገጠር የልሳን አወጣጥ በመለወጥ ፣ በተቀራራቢ ቃላት በመተካት ፣ የተለያዩ ስልቶችን መጠቀም አዲስ ቃል በመፍጠር (የተሻለ ነው ተብሎ ከታሰበ።) ሀገራችንም የብዙ ቋንቋዎች ባለቤት በመሆኗ ፣ በአንዱ ቋንቋ ያልተገኘው በሌላ ቋንቋ ሊገኝ ይችላል።

"ለምን ያንኑ የእንግሊዝኛውን ቃል አንጠቀምም? ይህን ማድረግ ጥቅም የለሽ ሥራ ነው ፣ ጊዜ ማባከን ነው" የሚሉ ይኖራሉ። ከላይ ሲታይ ይመስላል። በእውነትም አንድን ቃል ባልተለመደበት መስክ መጠቀም ግር የሚያሰኝ ሊሆን ይችላል። ቃሉን ለመልመድ የሚያስፈልገው የልምምድ ጊዜም እንደዚሁ ብዙ ሊሆን ይችላል። ቆም ብለን ስናስበው ግን ብዙ አወንታዊ ጎን እንዳለው ለመረዳት አያዳግትም። ለመጥቀስ ያህል።

እንዲሆን አስተዋጽኦ ያደርጋል። ዕውቀቱንም ማኅበረሰቡን በሚጠቅም ሁኔታ እንዳያበለጽገው የሚያደርግ ነው። የሚተላለፈውን ዕውቀት ባግባቡ የሚረዱ ተረድተውም ለማኅበረሰቡ ፋይዳ ባለው መልኩ የሚያቀርቡ ምሁራንን ለማፍራትንም ያስቸግራል ። ቋንቋ የሰው ልጅ የባሕርይ ችሎታ ቢሆንም ቅሉ የቋንቋ ብልፀጋው ግን ባካባቢው ባህልና ሥነ-ልቦና እየታሸ ነው። አንድ ሌላ ቋንቋ የማኅበረሰቡ ባህልና ሥነ-ልቦና በብልፀጋው ያልተጋራው ከሆነ በቋንቋውን ፍሬያማ መግባባትን ለማድረግ አስቸጋሪ ይሆናል።

- ሰው በሚገባ በሰለጠነበት ቋንቋ ሲማር ፣ ሲነገር ፣ ሲታደም ፣ የሚተላለፈውን መልዕክት በውል ለመረዳት ፣ ዕውቀቱን ለመገንዘብ የሚያደርገውን ጥረት ሂደት በእጅጉ የሚያግዝ ሆኖ እናገኘዋለን። ዋናው ቁም ነገር አንድ ነገር **ሀ** ወይም **ለ** ተብሎ መሰየሙ ሳይሆን ፣ ስያሜውን ስንሰማ በአእምሯችን ውስጥ የሚተላለፈው መልዕክት እና የሐሳብ ሥዕል ነው። አንድ ነገር ወይም ሁነት ቃል ስንወከልለት ፣ የተወከለው ቃል ጋር የተያያዘው ምስል ምን እንደሆነ በምሳሌ ልናስረዳ እንችላለን። ምሳሌውን ወይም ገለጻውን ደግሞ ተደራሹ አብልጦ በሚረዳው ቋንቋ ከማድረግ በላይ የተሻለ መንገድ ያለ አይመስለኝም።
- የአማርኛ ቋንቋን አቅም ከማሥፋት አንጻር የሚፈጥረው ተጽእኖ አሌ የማይባል ነው[8]።
- ለትምሕርት አሰጣጡ አጋዥ ይሆናል። ተማሪው የቀሰመውን ትምህርት ማኅበራዊ

---

[8] አንድን ዕውቀት በእንግሊዝኛ የቀሰመ ምሁር ፣ ከሁነቱ ወይም ነገሩ ጋር ያያዘው ቃል በመኖሩ ፣ ለዚያ ቃል አዲስ ወይም ሌላ ነገርን ለመጠቀም አይዋጥለትም። ነገሩ ከልምድ ጋር የተያያዘ ነው። በአሁኑ ጊዜ እንግሊዝኛ ዋና የሳይንስ መግባቢያ ቋንቋ እየሆነ ስለመጣ ፣ በዚሁ ቋንቋ የሚደረጉ ጥናቶችን ፣ የምርምር ውጤቶችን መማር ፣ ማሳተም የሚበረታታ ነው። ነገር ግን አንድ ኢትዮጵያዊ ተመራማሪ የምርምሩን ውጤት ፣ ሐሳቡን ለሀገሩ ብዝኃ ተደራሲ በራሱ ቋንቋ ለመግለጽ መቻል ይገባዋል። ያንን ለማድረግ የቋንቋው አቅም መዳበር አለበት። ለቋንቋው መዳበር ደግሞ ትልቁን ግብአት የሚሰጠው አዳዲስ ግኝቶችን ለመግለጽ ሲወጠር ነው።

ችግሮችን ለመፍታት እንዲያውለው በሚያስችለው መንገድ እንዲሆን ሊያግዝ ይችላል።

- በአማርኛ ቋንቋ የሚጻፉ የሳይንስ እና የሥነዘዴ መጻሕፍት ፣ የየዘርፎቹን ርባና ለማንጠር ጠቃሚ የሆኑትን ጥቅም ላይ ለማዋል እና ተግባራዊ ብልጻጋቸውን ለማሳለጥ አጋዥ ሊሆኑ ይችላሉ። ብሎም ምሁሩ ከተርታው ሰው የሚግባባበት እና የተማረውን ወደ ሥራ የሚቀይርበት ፣ መረዳቱን ከሐሳብ ከበብ ወደ ገሀዱ ዓለም የሚያሸጋግርበት የቋንቋ ድልድይ በበቂ እንዲዳብር አጋዥ ሊሆኑ ይችላሉ።

ሒሳብ

ሒሳብ የራሱ ሕግጋት ያሉት ቋንቋ ነው። አንድን ቋንቋ ለመረዳት እና ለመጠቀም የቋንቋውን የስዋስው ሕጎች ፣ ቃላት ወዘተ መረዳት እና ከሁሉም በላይ በትግበራ መለማመድ ያስፈልጋል። ሒሳብም እንዲሁ ነው። ሒሳብ በመጠኖች መካከል ያለን ዝምድና በጥሩ እና በአጭር መልኩ ለመቀመር የሚረዳን ቋንቋ ዐይነት የሳይንስ ዘርፍ ነው። ለብዙ የሳይንስ ዘርፎችም መሠረታዊ ቋንቋ ሆኖ ያገለግላል ፣ በተለይ በፊዚካ እና በከመካ (ሥነ-ቅመማ) የሳይንስ ዘርፎች ታላቅ ሚናን ይጫወታል። ብዙ የሒሳብ የሥነ-ስሌት ዘርፎች አሉ። የሒሳብ የስሌት ዘርፎችን እንደጨዋታ ሕግ ብንመለከታቸው ፣ ለሳይንሱ የተሻለ አቀራረብ እና አረዳድ እንፈጥራለን። አንድን ጨዋታ

ስንጫወት በመጀመሪያ የጨዋታውን ሕጎች ማጤን እና መረዳት ያስፈልጋል። ይኸ ብቻ በቂ አይደለም። ጥሩ ተጫዋች ለመሆን ጨዋታውን ደጋግመን በመጫወት መለማመድ ይኖርብናል። የቼዝ ጨዋታ ሕጎችን ማወቅ ብቻ ጥሩ የቼዝ ተጫዋች አያደርግም። ልምምድ አስፈላጊ ነው። እንደዚሁም የስሌት ሕጎችን ማወቅ ጥሩ የሒሳብ ከዋኝ አያደርግም። ደጋግሞ በመለማመድ የስሌት ሕጎችን የራስ ገንዘብ ማድረግና አስፈላጊ በሆኑበት ቦታ ለመጠቀም ይረዳል።

በዚህ መጽሐፍ

በዚህ መጽሐፍ የምንመለከተው በዋነኛነት ቁጥሮችን እና ዩክሊዳዊ *ሥነ-ሥፍራን* ነው። መጽሐፉ ሦስት ምዕራፎች አሉት። በመጀመሪያው ምዕራፍ ቁጥሮች እና መሠረታዊ ስሌቶች ቀርበዋል። በሁለተኛው ምዕራፍ የ*ሥነ*-ንጽጽር ድንጋጌዎች በቁንጽል ቀርበዋል። በሦስተኛው ምዕራፍ የዩክሊዳዊ *ሥነ-ሥፍራ* መሠረታዊ ብይኖች ፣ ድንጋጌዎች ፣ አዋጆች ከነማረጋገጫቸው ቀርበዋል። ዘዌዎች ፣ ተመሳሳይነት ፣ የፓይታጎረስ አዋጅ ፣ የከፍላተ-ቅንብብ አዋጆች እና ከነማረጋገጫቸው ጋር ተመርጠው ቀርበዋል። የ*ሥነ-ሥፍራ* ድርሰቱ የተመረጠው ከቀደምት የግሪክ የ*ሥነ-ሥፍራ* ሊቃውንት ድርሰቶች በመሆኑ በዘመናዊ (ትንተናዊ ፣ ካርተሳዊ) *ሥነ-ሥፍራ* የተቃኘ አንባቢ ከመሠረታዊ ድንጋጌዎች ጀምሮ እያንዳንዱን አዋጅ በርጋታ ማየት ይኖርበታል።

ምዕራፍ ፩: ቁጥሮች እና መሠረታዊ ስሌቶች

ዓለማችን በመጠን ፣ በዐይነት የተለያዩ ቁሶች (ነገሮች) የተሞላ ነው። ብዛት በዙሪያችን ሁሉ የምናየው ነው። መጠንና ብዛትን ስናስብ ፣ ምን ያህል? ፣ ስንት? የሚሉ ጥያቄዎች አብረው ይነሳሉ። የማቀላቀል ፣ የመጨመር ፣ የመመደብ ፣ የማከፋፈል ፣ የማለያየት ተግባራት ተያያዥ ሆነው ይኖራሉ። ቁጥሮች ብዛትን እና ተያያዥ ስሌትን በዘዴ ለመተግበር የተፈለሰፉ የስሌት መከወኛዎች ናቸው። በዚህ ምዕራፍ መሠረታዊ ቁጥሮችን ፣ መሠረታዊ ስሌቶችን እና የቁጥሮችን የማዕቀፍ ዕድገት እያሰባጠርን እንመለከታለን[9]።

ቀዳሚ ቁጥሮች

የተፈጥሮ ቁጥሮችም ይባላሉ ። እነዚህ ቁጥሮች ከአንድ ጀምረው ፣ በአሃድ ልዩነት አንድ ፣ ሁለት ፣ ሦስት እያሉ ይቀጥላሉ። መደምደሚያ የላቸውም[10]።

---

[9] ንምራ ወይም ንምሮ (ላቲን ኑሜሩስ ፣ ኑሜሮ) ቁጥር ፣ የቁጥር ምልክት ፣ አኃዝ ፣ ፊደል ነቁጣ ፣ ነጠብጣብ ... ኪ.ከ.

[10] የቁጥር መጨረሻ ስንት ነው የሚለው ጥያቄ ሕፃን ሳለሁ ካሰላሰልኳቸው ጥያቄዎች አንዱ ነበር። አበክሬ ካሰላሰልሁ በኋላ መልስ አላገኘሁም። ይኸንኑ ጥያቄ ቅድም አያቴን ጠየቅኋት። የቁጥር መጨረሻው ዝም ነው ብላ መለሰችልኝ። ታዲያ የቁጥሮች መጨረሻ የሆነ ዝም የሚባል ቁጥር እንዳለ አስብ ነበር። መልሱን በውል የተረዳሁት ከብዙ ጊዜ በኋላ ነበር። የብልኅ መልስ ነው። ገደብ የለሽ ፣ ዳርቻ የለሽ ፣ መጨረሻ የለሽ የሆነ መጠን ፣ የትየለሌ ፣ አይውሱን (ምልክት: ∞) ይባላል።

የሰው ልጅ ለመቁጠሪያ ቁጥሮች የተለያዩ ምልክቶችን ፈልስፏል። ብዙዎች በዘመናችንም አገልግሎት እየሰጡ ይገኛሉ። ብዙዎች ተረስተዋል። ሰው እነዚህን ምልክቶች መፈልሰፉ የስሌት ሥራዎቹን ሥርዓት ለማስያዝና ፣ በጽሑፍ ለማስተላለፍ አስችለውታል። መሥመሮች ፣ ነጥቦች ፣ ሥዕሎች ወዘተ ቁጥሮችን ለመወከል ጥቅም ላይ ውለዋል። ግብጻውያን ቁጥሮችን ለመወከል ሥዕላዊ ምልክቶችን ይጠቀሙ ነበር ፣ ሠንጠረዥ ፩።

ቀደም ባሉት ጊዜያት በሀገራችን ያገለግሉ የነበሩት የግእዝ የቁጥር ምልክቶች ነበሩ። የግእዝ የቁጥር ምልክቶች መነሻቸውን ከአንድ ያደርጋሉ።

ሠንጠረዥ ፩: ጥቂት የሂሮግሊፍ የቁጥር ምልክቶች

ሄሮግሊፍ	ገለጻ	አጠራር	ዕሴት
	ነጠላ ጭረት	ዊያው	አንድ
	የተረከዝ አጥንት	ሙዳው (ሙዳት)	ዐሥር
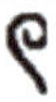	የገመድ ጥምጥም	ሳዋት	መቶ
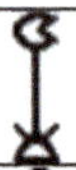	የውኃ አበባ	ሃ	ሺ
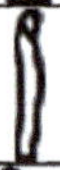	የተለመጠ ጣት	ዱባ	ዐሥር ሺ
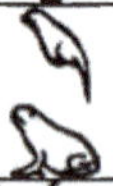	እንቁራሪት	ህፍን	መቶ ሺ
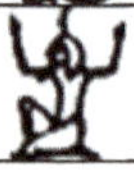	ሁለት እጆቹን ያነሳ ሰው	ሃህ	ሚሊዮን ወይም ብዙ

አውሮፓውያን ይጠቀሙባቸው የነበሩት የሮማን ቁጥሮችም እንደዚሁ ነበሩ። ነገር ግን ለሒሳብ ስሌት አመች ስላልነበሩ አውሮፓውያኑ የሕንዶ-ዐረባዊ ቁጥሮችን እ.ኤ.አ. ከ፲፫ ኛው መቶ ክፍለ ዘመን መጠቀም ጀምረዋል (ሲግለር, 2003)።

የሕንዶ-ዐረባዊ ቁጥሮች በመጀመሪያ የተበለጸጉት በሕንድ ነበር። በኋላም በተለያዩ አጋጣሚዎች ወደ ዐረብ ሀገር ተዛምተዋል። ዐረቦች ተቀብለው የተወሰነ ለውጥ አድርገውባቸዋል። በኋላም ወደ አውሮፓ ብሎም ወደ ሌሎች ሀገራት ተዛምተዋል። አውሮፓውያን የቁጥር ሥርዓቱን የተዋወቁት ከዐረብ ነጋዴዎች በመሆኑ የዐረብ የቁጥር ሥርዓት ይሉታል። ዐረቦች ራሳቸው ግን የሕንድ ቁጥሮች ይሏቸዋል። የሕንዶ አረባዊ የቁጥሮች ሥርዓት ወደ ኢትዮጵያም ከዘመናዊ ትምህርት ጋር አብሮ ገብቷል። የሕንዶ-ዐረባዊ የመቁጠሪያ ቁጥር ጥንካሬ የሕንዶችን የአልቦ (ዜሮ) ፍልስፍና ማካተቱ እና ለመሠረታዊ ስሌቶች ቀላል መሆኑ ነው። የሕንዶ-ዐረባዊ ቁጥሮችን አካሄድ በሠንጠረዥ ላይ ተመልከት/ቺ።

በግእዝ ቁጥሮች ውስጥ አልቦን የሚወክል ምልክት የለም። በእርግጥ ሴቶች በእግራቸው ላይ የሚያደርጉት ዐልቦ የሚባለው ጌጥ (የእግር አምባር) አሁን በሕንዶ-ዐረባዊ ቁጥሮች ውስጥ የዋለውን የአልቦ ምልክት ይመስላል። በግእዝ የቁጥር አጻጻፍ ዘይቤ ቁጥሮችን አካሄድ በሠንጠረዥ 2 ላይ ተመልከት/ቺ።

ባጠቃላይ የግእዝ የቁጥር ምልክቶች ብዛት ፳ ነው። እነዚህን የቁጥር ምልክቶች በመጠቀም ሌሎች ቁጥሮችን መጻፍ ይቻላል። ነገር ግን አንድን ትልቅ ቁጥር ለመጻፍ ብዙ ምልክቶች ሲደረደሩ አንባቢውን ግራ ሊያጋቡ ይችላሉ[11]።

በሕንዶ-ዐረባዊው የአጻጻፍ ዘይቤ ፣ እነዚያው ከአልቦ እስከ ዘጠኝ ያሉ ቁጥሮች የፈለግነውን ቁጥር ለመጻፍ በቂ ሆነው ያገለግላሉ። ብዛታቸው ፲ ነው። በጥቂት ምልክቶች ቁጥሮችን ያለገደብ አመች በሆነ መልኩ ለመጻፍ ዋናውን ሚና የምትጫወተው ቦታ ያዥ ሆና የምትገባው የአልቦ ምልክት (0) ናት። የሕንዶ-ዐረባዊው የአጻጻፍ ዘይቤ ለመጻፍ ከመቅለሉም ባሻገር የሒሳብ ስሌቶችን ለመተግበር አመች የአጻጻፍ ዘዴ ነው።

ባንጻራዊ መልኩ የግእዝ ቁጥሮች ስሌቶችን ለመተግበር አመች አይደሉም። በተጨማሪም ከዘመናዊ የሒሳብ ዕድገት ጋር መሻሻል ስላልተደረገባቸው ከመቁጠሪያ ቁጥሮች ግዛት ውጭ የሆኑ ቁጥሮችን ለመጻፍ ብዙ ይጎድላቸዋል። ከቁጥር

---

[11] የሚከተለውን ቁጥር እንደምሳሌ እንውሰድ።
፪፻፺፱፻፼፸፻፺፪፲፻፬፻፶፰
ቁጥሩን ባንድ ጊዜ ለማንበብ ያስቸግራል። ንባቡን ለማቅለል አንድ ሕግ እናስቀምጥ።
ትንሽ ቁጥር ሲቀድም ተከታዩን ያባዛል ፣ ትልቅ ቁጥር ሲቀድም ይደመራል። (ወ የሚል አያያዥ በየመካከሉ በማስገባት ተደማሪዎችን ከተባዥዎቹ ለመለየት ያግዛል።)
በግእዝ ሲነበብ
ወክልኤቱ ምኢት ወተስዓ ወተስዓቱ አእላፋት ወሰብዓቱ ምኢት ወተስዓ ወክልኤቱ ዕሥራ ምኢት ወአርባዕቱ ምኢት ወሓምሳ ወስምንቱ ፣
በዐማርኛ ሲነበብ:
ሁለት መቶ ዘጠና ዘጠኝ ሚሊዮን ሰባት መቶ ዘጠና ሁለት ሺ አራት መቶ ሃምሳ ስምንት።

ሠንጠረዥ 2: የግእዝ ቁጥሮች

ምልክት		ስም	
ግእዝ	ሕንዶ-ዐረባዊ	ግእዝ	አማርኛ[12]
	0	አልቦ	አልቦ
፩	1	አሃዱ	አንድ
፪	2	ክልኤቱ	ሁለት
፫	3	ሠለስቱ	ሦስት
፬	4	አርባዕቱ	አራት
፭	5	ሐምስቱ	አምስት
፮	6	ስድስቱ	ስድስት
፯	7	ሰብዓቱ	ሰባት
፰	8	ሰመንቱ	ስምንት
፱	9	ተስዓቱ	ዘጠኝ
፲	10	ዐሠርቱ	ዐሥር
፳	20	ዕሥራ	ሃያ
፴	30	ሠላሳ	ሠላሳ
፵	40	አርብዓ	አርባ
፶	50	ሓምሳ	ሃምሳ
፷	60	ስሳ	ስል(ድ)ሳ
፸	70	ሰብዓ	ሰባ
፹	80	ሰማንያ	ሰማንያ
፺	90	ተስዓ	ዘጠና
፻	100	ምእ(ኢ)ት	መቶ
፼	10,000	እልፍ	፲ ሺ
፲፼	100,000	አእላፍ	መቶ ሺ
፻፼	1,000,000	አእላፋት	ሚሊዮን
፲፻፼	10,000,000	ትእልፊት	፲ ሚሊዮን
፼፼	100,000,000	ትእልፊታት	፻ ሚሊዮን
፲፼፼	1,000,000,000	ምእልፊት	ቢሊዮን
፻፼፼	10,000,000,000	ምእልፊታት	፲ ቢሊዮን

በግእዝ#የቁጥር#ሥርዓት#የአኃዝ#አቀማመጦች#አሻሚ#
በሆነ#መልኩ#ሊተረጎሙ#የሚችሉበት#አጋጣሚ#ሊኖር#

---

[12]አማርኛ ከሺ በላይ የቁጥር ስያሜ የለውም። ሚሊዮን ፣ ቢሊዮን ፣ ወዘተ የሚሉት የተውሶ ስያሜዎች ናቸው።

ይችላል።#ለታሪካዊ#ምክንያት#የግእዝን#የቁጥር#ሥርዓት# በዚህ#ጽሑፍ#ውስጥ#አልፎ#አልፎ#ብንጠቀማቸውም# ፣#በቀመሮች#ውስጥ#የሕንዶዐዐረባዊ#የቁጥር#ሥርዓትን# እንጠቀማለን።

መሠረታዊ ስሌቶች እና ምልክቶች

መሠረታዊ የማወዳደሪያ ምልክቶች = (እኩል ይሆናል) ፣ > (ይበልጣል) ፣ < (ያንሳል) ናቸው።

- **እኩል ይሆናል** (=) ከምልክቱ ግራና ቀኝ የሚቀመጡት ቁጥሮች በብዛት ፣ በመጠን እኩል ናቸው ለማለት ነው። ≠ እኩል ያለመሆን ምልክት። በቀኝ ያለው በግራ ካለው ጋር እኩል አይደለም እንደማለት።
- **ይበልጣል**(>) ከምልክቱ በስተ ግራ የሚገኘው ፣ በቀኝ ከሚገኘው በብዛት ፣ በመጠን ወዘተ መብለጡን ያመለክታል።
- **ያንሳል**(<) ከምልክቱ በስተግራ የሚገኘው ፣ ከምልክቱ በቀኝ በኩል ከሚገኘው ቁጥር ማነሱን ያመለክታል።

መሠረታዊ የሒሳብ ስሌቶች የሚባሉት መደመር (+) ፣ መቀነስ (-)[13] ፣ ማባዛት (x) ፣ ማካፈል (/ ወይም ÷) ናቸው።

---

[13] ሄሮግሊፍ: መደመር ( ) ፣ መቀነስ ( )

- **መደመር** (+)፡ ሁለት ወይም ከዚያ በላይ ቁጥሮችን ድምር የምናሰላበት ስሌት ነው። ለምሳሌ $10 + 5 = 15$። በሆነ ጥለት ተከታታይ (ተርታ) የሆኑ ብዙ ቁጥሮችን ለመደመር የግሪክ ትልቁ ሲግማን እንደ ምልክት እንጠቀምና ፣ ከየት እስከ የት እንደምንደምር መነሻ እና መድረሻ ቆጣሪዎቹን በሥሩ እና ባናቱ ላይ እናስቀምጣለን። ለምሣሌ $\sum_{k=1}^{n} a_k = a_1 + a_2 + a_3 + \cdots + a_n$ እንደማለት ነው ፣ k ከአንድ እስከ n የሚሄድ አባል ቆጣሪ ነው።
- **ማባዛት** (x ወይም ነቁጥ)፡ ሁለት ቁጥሮችን አባዛን ስንል ፣ አንዱን ቁጥር የሌላኛውን ቁጥር ያህል ደመርነው ማለታችን ነው። ለምሳሌ $4 \times 4 = 4 + 4 + 4 + 4 = 16$። ጥንታዊ ኢትዮጵያውያን በሁለት ቤት (መደብ) ሥርዓት (base two system) የሚሠራ ያበዛዝ ስልት ፈልስፈዋል ፣ ስልቱ አሁንም በገጠር ገበያዎች አልፎ አልፎ ሲተገበር ይስተዋላል።[14]

---

[14] አሠራሩ እንደሚከተለው ነው። የስሌት ሥራውን ዐሪኮት ብለን ብንሰይመው እላለሁ።

፩) በአንድ ረድፍ የተባዥውን ቁጥር ያህል በትይዩ ረድፍም የአብዥውን ቁጥር ያህል ፍሬ ወይም ጠጠር አስቀምጥ። ምሳሌ ፲፰ •••••• x ፯ •••••••

- **መቀነስ** (-): - አንድ ቁጥር ላይ ሌላ ቁጥር ስንቀንስ ማለት ነው። እንደማባዛት መቀነስም ከመደመር ጋር ዝምድና አለው። መቀነስ ማለት ፣ ቀናስ ቁጥሮችን መደመር ማለት ነው። ቀናስ ቁጥሮችን ገና አልበየናቸውም። ወደፊት እናያቸዋለን። ለምሳሌ $8 + (-2) = 6$። መሠረታዊ ተግባሩ ከ8 በሁለት ያነሰን ቁጥር እንደመፈለግ ነው።

፬) በሚቀጥሉት ረድፎች የተባዥውን በኩል እጥፍ እያደረግህ የአብዥውን በኩል ግማሽ እያደረግህ አውርድ። ለሁለት ሲካፈል ለምሳሌ ሁለት ከግማሽ ቢደርስ ሁለት ብቻ አስቀምጥ። ፩ኛ ረድፍ ፴

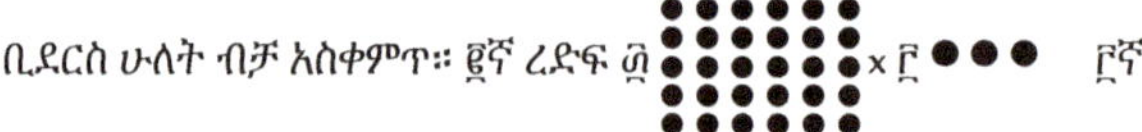

x ፫ ፫ኛ ረድፍ ፷

x ፩

፭) በአብዥው ረድፍ ሙሉቁጥር ትይዩ ያሉትን የተባዥ ረድፍ ውጤቶች አስወግድ።

፮) በአብዥው ረድፍ ጎደሎ ቁጥር ትይዩ ያሉትን የተባዥ ረድፍ ፍሬዎች ወይም ጠጠሮች ሰብስብ እና ቁጥር። ውጤቱ የፈለግኸው ብዜት ነው።

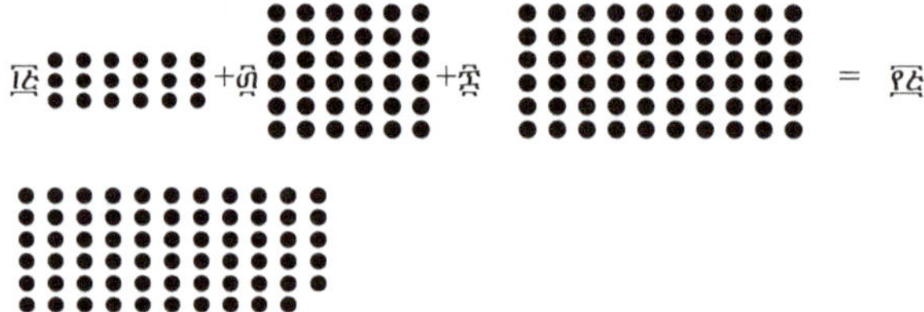

፲፰ + ፴ + ፷ = ፻፰

- **ማካፈል** (/ ወይም ÷) ፦ አሥር ከረሜላ ለሁለት ልጆች እኩል እንዲደርሳቸው አድርገን ብንሰጣቸው ፣ አሥር ለሁለት ተካፈለ እንላለን። ስሌቱ የማካፈል ስሌት ይባላል። አሥር ለሁለት ሲካፈል ለእያንዳንዱ አምስት ይደርሳል።

$$\frac{10}{2} = 5።$$

አልቦ ፣ ቀናስ እና ደማር የመቁጠሪያ ቁጥሮች

ቀዳሚ ቁጥሮችን ርስበርሳቸው በመደመር ወይም በማባዛት የምናገኘው ቁጥርም በራሳቸው ግዛት ውስጥ የሚገኝ ቁጥር ነው። በማቀናነስ የምናገኘውስ? ለምሳሌ ከ፭ ነገሮች ላይ ሁለቱን ያነሳን እንደሆነ ፫ ነገሮች ይቀራሉ። ልክ ሁለት በዘፈቀደ የተመረጡ መቁጠሪያ ቁጥሮችን መደመር እንደምንችለው ፣ ሁለት መቁጠሪያ ቁጥሮችን ስናቀናንስ ከጀመርንበት የቀዳሚ ቁጥሮች ግዛት ውስጥ ሊያስወጣን ይችላል።

ለምሳሌ አንድን ቀዳሚ ቁጥር ከራሱ ላይ ብንቀንስ ውጤቱ ባዶ ይሆናል። አልቦ (ዜሮ) እንለዋለን። አንድን ትንሽ ቀዳሚ ቁጥር ከትልቁ የቀነስን እንደሆነ ቅንሱ ከዐልቦ በላይ የሆነ ቀዳሚ ቁጥር ይሆናል። ከአልቦ በላይ ያሉትን ቀዳሚ ቁጥሮች ሁሉ ደማር መቁጠሪያ ቁጥሮች እንላቸዋለን።

አንድን ትልቅ ቀዳሚ ቁጥር ከትንሹ ቀዳሚ ቁጥር ስንቀንስ ግን ደማር የመቁጥሪያ ቁጥሮችን አናገኝም። በእንዲህ

ዐይነት ትልቁን ቁጥር ከትንሹ ላይ በመቀነስ የሒሳብ ስሌት የሚገኙ ቁጥሮች ቀናስ መቁጠሪያ ቁጥሮች ይባላሉ። ቀናስ (መቁጠሪያ) ቁጥሮችን ከደማር (መቁጠሪያ) ቁጥሮች ለመለየት ከቀናስ ቁጥሮች ፊትለፊ ትእምርተ መቀነስ (-) እናደርጋለን።

አሁን የቁጥር ሥርዓታችን አልቦ ፣ ቀናስ እና ደማር መቁጠሪያ ቁጥሮችን ያዘ ማለት ነው። ሙሉው ግዛት የመቁጠሪያ ቁጥሮች ግዛት ይባላል። የትኛውንም በቀዳሚ ቁጥሮች ላይ የምናደርገውን የሒሳብ ስሌት በአዲሱ ማዕቀፍ ውስጥም ያለምንም ገደብ መጠቀም እንችላለን። በስሌት ሥራችን ተቃርኖ እንዳይኖር የሚከተሉት ጸባያት የተጠበቁ ናቸው ብለን እንበይናለን።

- ሁለት ቀናስ መቁጠሪያ ቁጥሮች ርስበርሳቸው ሲባዙ ደማር መቁጠሪያ ቁጥር ይሰጣሉ።

  $$-2 \times -3 = 6$$

- አንድ ቀናስ መቁጠሪያ ቁጥር በደማር የመቁጠሪያ ቁጥር ቢባዛ ብዜቱ ቀናስ መቁጠሪያ ቁጥር ይሆናል።

  $$-2 \times 3 = -6$$

- አንድ ደማር የመቁጠሪያ ቁጥር ወይም ቀናስ የመቁጠሪያ ቁጥር በአልቦ ቢባዛ ብዜቱም አልቦ ይሆናል።
- አንድ ቀናስ መቁጠሪያ ቁጥር ከሌላ መቁጥሪያ ቁጥር ላይ ሲቀነስ ፣ ሁለቱ ተከታታይ የመቀነስ

ምልክቶች ወደ መደመር ይቀየሩና ተግባሩ የመደመር ተግባር ይሆናል።

$$-2-(-3)=-2+3=-1$$

በመቁጠሪያ ቁጥሮች ውስጥ ሌሎች ብይኖችም አሉ[15]።

ክፍልፋይ ቁጥሮች እና የመደበኛ ቁጥሮች ሥርዓት

አሁን ደግሞ ወደ አራተኛው መሠረታዊ የስሌት ዘዴ ወደ ማካፈል እንሂድ። ሁለት የመቁጠሪያ ቁጥሮች አንዱ ላንዱ ቢካፈሉ ክፍሉ (ድርሻው) መቁጠሪያ ቁጥር ላይሆን ይችላል። ለምሳሌ አንድ ለሁለት ቢካፈል ድርሻው ግማሽ ነው። መጠኑ በአልቦ እና በአንድ መካከል ነው። ይህ የቁጥር ዐይነት እና መሰሎቹ ክፍልፋይ ይባላሉ። የክፍልፋዮች ስሌት በጥንታዊ ግብጻውያንም ይተገበር እንደነበር መረጃወች አሉ። የአጻጻፍ ሥርዓትም ነበራቸው[16]። የግእዝ የቁጥር አጻጻፍ ሥርዓት የክፍልፋይ አጻጻፍ ስልት የለውም።

---

15 ሙሉ ቁጥሮች፡ በሁለት ሲካፈሉ ውጤታቸው መቁጠሪያ ቁጥር የሆነ ቁጥሮች ሙሉ ቁጥሮች ይባላሉ። ለምስሌ 2 4 6 8 10 12... ወዘተ።
ጎደሎ ቁጥሮች፡ በሁለት ሲካፈሉ ውጤታቸው መቁጠሪያ የማይሆኑ ቁጥሮች ጎደሎ ቁጥሮች ይባላሉ። ለምሳሌ 1 3 5 6 7 9 11 13... ወዘተ።
ብሕትው ቁትሮች፡ ከራሳቸው እና ከአንድ ውጭ የሆኑ ቁጥሮችን በማባዛት ማግኘት የማንችላቸው ቁጥሮች ናቸው። ለምሳሌ 1 2 3 5 7 11 13 17 19 ... ወዘተ።

16 በሄሮግሊፍ የክፍልፋይ የአጻጻፍ ዘይቤ ፣ የአንድን ቁጥር ግልባጥ ለመጻፍ ፣ የአፍ ምልክት ከላይ ይደረግና ፣ የቁጥሩ መጠን ከበታቹ ይጻፋል። ለምሳሌ (1/3) ፣ (1/10) ፣ (2/3) ።

በዘመናዊ ያጻጻፍ ዘዴ ፣ አካፋይ እና ተካፋዩን ላይ እና ታች ወይም አግድም በማድረግ እና አግዳሚ ጭረት በመካከላቸው በማድረግ ይቀመጣል። ለምሳሌ

$$\frac{1}{2} ፣ \frac{1}{3} ፣ \frac{1}{4} ፣ \frac{4}{5}$$

እንደ ቅደም ተከተላቸው ፣ አንድ ሁለተኛ ፣ አንድ ሦስተኛ ፣ አንድ አራተኛ ፣ አራት አምስተኛ በመባል ይነበባሉ። ከሁለቱ አንዱ ፣ ከሦስቱ አንዱ ፣ ከአራቱ አንዱ ፣ ከአምስቱ አራቱ እንደማለት ነው። አንድ ሲካፈል ለቁጥር ፣ የቁጥሩ ግልባጥ ይባላል። a ቁጥር ቢሆን የቁጥሩ ግልባጥ $\frac{1}{a}$ ይሆናል። ወይም a-ኛው እጅ ይባላል። ግልባጥ ዐሥር አንድ ዐሥረኛ (1/10) ፣ ግልባጥ-ሃያ አንድ ሃያኛ (1/20) ፣ ግልባጥ-መቶ አንድ መቶኛ (1/100) ፣ ወዘተ። እንደቅደም ተከተላቸውም ዐሥረኛ እጅ ፣ ሃያኛ እጅ ፣ መቶኛ እጅ ሊባሉ ይችላሉ።

ልዩ ስም ያላቸው ክፍልፋዮች አሉ ፣ ከነዚህም

- አንድ አራተኛ - ሩብ (ርቦ) ፣
- አንድ ሦስተኛ - ሲሶ ፣
- አንድ ዐሥረኛ - ዐሥራት

በመባል ይታወቃሉ። ክፍልፋዮች በአሥርዮሽ የአጻጻፍ ስልትም ይጻፋሉ። ክፍልፋዮች በአሥርዮሽ ሲጻፉ ከአንድ ያነሰው መጠን ከነጥብ በኋላ ይቀመጣል። ለምሳሌ አንድ ሲካፈል ለሁለትን ብንወስድ ፣ አንድ ከሁለት ያንሳል ፣

ስለዚህ በአሥር እናበዛውና ፣ ከአንድ አኃዝ በኋላ ነጥብ እንጨምራለን። ዐሥር ሲካፈል ለሁለት አምስት ጊዜ ይደርሳል። አምስት ከነጥብ በኋላ ይቀመጣል (0.5)። ሌሎቹም በዚሁ መልክ ይተገበራሉ። ከነጥብ በኋላ ያለው የአኃዝ ቁጥር አንድ ከሆነ የሚቀመጠው ቁጥር ከዐሥር ሥንቱ እንደሆነ ያሳያል ፣ ሁለት አኃዝ ካለው ከመቶ ፣ ሦስት አኃዝ ካለው ደግሞ ከሺ ሥንት እጅ እንደሆነ ታስቦ ይሆናል። ለምሳሌ ፣

$$\frac{1}{2} = 0.5 \text{ ፣ } \frac{4}{5} = 0.8 \text{ ፣ } \frac{1}{4} = 0.25$$

ክፍልፋዮች እስካሁን ከዘረዘርናቸው የቁጥር ዐይነቶች ውስጥ አይካተቱም። መቁጠሪያ ቁጥሮች በክፍልፋይ መልኩ ሊጻፉ ይችላሉ ክፍልፋዮች ሁሉ ግን መቁጠሪያ ቁጥር አይደሉም። ክፍልፋዮች ፣ አልቦ ፣ ደማር መቁጠሪያ ቁጥሮች እና ቀናስ መቁጠሪያ ቁጥሮች በጅምላው መደበኛ ቁጥሮች ይባላሉ።

የሃይለ ቁጥር እና የሥርው ስሌት

ከዚህ ቀጥለን የተለየ የብዜት ስሌትን እንመልከት። የሃይለ ቁጥር ብዜት ይባላል። አንድን ቁጥር ፣ መጠን ደጋግመን በራሱ ለማባዛት ከፈለግን ለምሳሌ መጠኑን a ብንለው

$$a \times a \times a \times a \times a = a^5$$

5 ሃይለ ቁጥር (መደብ ቆጣሪ) ይባላል። a መደብ ይባላል። አጻጻፉን ለማቅለል ሃይለ ቁጥር የሚለውን ሃይለ

እንለዋለን። ለምሳሌ አራት-ሃይለ-ሁለት (4^2) እንዲል። በጠቅላላው

$$a \text{ ሃይለ } n = a^n$$

ብለን ልንጽፍ እንችላለን ብለን እንነሳ። ሃይለ$(a ፣ n)$ ተብሎ ሊጻፍ ይችላል። a መቁጠሪያ ቁጥር ሆኖ n ም መቁጠሪያ ቁጥር ከሆነ ውጤቱም መቁጠሪያ ቁጥር ነው። ይኽን ለማረጋገጥ ቢያስፈልግ ፣ መደቡም ሃይለ ቁጥሩም መቁጠሪያ ቁጥር እስከሆኑ ድረስ ፣ መደቡን ደጋግሞ ወደ መደመር መቀየር ይቻላል። በተጨማሪም የሚከተሉት እውን ናቸው።

- የደማር መቁጠሪያ ቁጥሮች ድምር ራሱም ደማር መቁጠሪያ ቁጥር ነው።
- ሁለት ደማር መቁጠሪያ ቁጥሮችን ማባዛት አንዱን ደማር መቁጠሪያ ቁጥር ፣ የሁለተኛውን ያኽል መደመር እንደሆነ ተስማምተናል። ስለዚህ የሁለት ደማር መቁጠሪያ ቁጥሮች ብዜት ራሱም ደማር መቁጠሪያ ቁጥር ነው።

ስለዚህ ሃይሉም ፣ መደቡም ደማር መቁጠሪያ ቁጥሮች ከሆኑ ውጤቱም ደማር መቁጠሪያ ቁጥር ነው።

ለምሳሌ

$$4^2 = 4 \times 4 = 16$$

ነው።

በመቀጠልም $4^{(3-2)} = 4^3 \times 4^{-2}$ ስንት ይሆናል? ብለን ብንጠይቅ ፣ መልሱ $4^1 = 4$ ነው። ስለዚህ $4^{-2} = \frac{1}{4^2}$ ነው ማለት ነው። ይኸንኑ አካሄድ በማጠቃለል

$$a^{-n} = \frac{1}{a^n}$$

መሆኑን ማሳየት ይቻላል። በመቀጠልም $4^{2\times\frac{1}{2}}$ እናስብ። $2 \times \frac{1}{2} = 1$ መሆኑንን እናውቃለን። ስለዚህም $4^{2\times\frac{1}{2}} = (4^2)^{\frac{1}{2}} = 16^{\frac{1}{2}} = 4$ ነው። ስለዚህ አራት-ሃይለ-ሁለት 16 እንደሆነ ሁሉ 16 −ሃይለ - ግማሽ 4 ነው ማለት ነው። ያ ማለት ቁጥሩን ብናውቅ በራሱ ተባዝቶ ያንን ቁጥር የሚሰጠንን ቁጥር እንደመፈለግ ነው። የአንድ ሦስተኛ ወይም አንድ አራተኛ ወዘተ ሃይለ ቁጥሮች ቁጥሩን ርስበርሳቸው ሦስት ጊዜ ወይም አራት ጊዜ ወዘተ ተባዝተው የሚሰጡ መደብ ቁጥሮችን የመፈለግ ዘዴ ነው። ይህን ሥርው የመፈለግ ስሌት እንለዋለን። (ሥርው የግእዝ ቃል ሲሆን ሥር ማለት ነው።) በቋንቋ አጠቃቀምም ሁለተኛ ሥርው ፣ ሦስተኛ ሥርው ወዘተ ማለት እንችላለን። ሁለተኛ እና ሦስተኛ ሥርዎች አማራጭ የተጸውኦ ስም አላቸው። እንደ ቅደም ተከተላቸው ሥርዎ-ካሬ (ወይም ሥርው ብቻ) እና ሥርዎ-ኩብ ይባላሉ። ሁለተኛ ሥርው (ሥርዎ-ካሬ ፣ ሥርው) በትእምርት «$\sqrt{\ }$» ይወከላል።

$$a^{\frac{1}{2}} = \sqrt{a}$$

ለምሳሌ $\sqrt{9} = 3$ ፤ $3 \times 3 = 9$ እንደ ማለት ነው። ሌሎች ሥሮችንም የሥርው ቁጥሮችን አብሮ በማካተት በዚሁ መልኩ መጻፍ ይቻላል። ለምሳሌ: - ሥርዎ-ኩብ ($\sqrt[3]{\quad}$) ፣ ራብዕ ሥርው ($\sqrt[4]{\quad}$)። በአማርኛ ለመጻፍ እንዲመች ሥርው$(a \,፣\, n) = a^{\frac{1}{n}} =$ ሃይለ $(a \,፣\, \frac{1}{n})$ ተብሎ ሊቀመጥ ይችላል።

ኢመደበኛ ቁጥሮች

የሥርው ስሌት ለሁሉም መቁጠሪያ ቁጥሮች ይሠራል? ብለን እንጠይቅ። ለምሳሌ

- የዘጠኝ ካሬ ሥርው ሦስት ነው ፤
- የአሥራ ስድስት ካሬ ሥርው አራት ነው ፤
- የሃያ ሰባት ሥርዎ-ኩብ ሦስት ነው።

በዚሁ አካሄድ ብንቀጥል ፤ የሁለት-ሁለተኛ-ሥርው ፤ ሥርው(2 ፣ 2) ፤ ስንት ነው? የዚህ መልስ በመደበኛ ቁጥሮች ሥርዓት ውስጥ የሚገኝ አይደለም[17]።

---

17 በጥንታዊት ግሪክ ፓይታጎራዊ ማኅበረሰብ ከመደበኛ ቁጥሮች ውጭ ቁጥሮች አሉ ተብሎ አይታሰብም ነበር። ከመደበኛ ቁጥሮች ውጭ የሆኑ ቁጥሮች የሉም የሚለው መርሃቸው ግን ብዙ አልቆየም። ከነዚህ ውጭ ቁጥሮች መኖራቸውን ሲረዱ አባላቱ የፓይታጎራዊ ማኅበረሰቡ ምስጢር አደረጉት። ምስጢር ሆኖ አልቆየም። አንድ አባል ይኸንን ምስጢር ከማኅበረሰቡ ውጭ አስተላልፎ ሰጠ። ይኸ አባል የማኅበረሰቡን ምስጢር በማውጣቱ ወደ ባሕር ይጣል ዘንድ ተወሰነበት። ውሳኔው ተፈጻሚ ሆነ። መልዕክተኛውን እንጅ መልዕክቱን መግደል አይቻልምና ፤ ይኸ ቅጣት ግን ነገሩን ምስጢር ሆኖ እንዲቀር አላደረገውም።

ሥርው(2 ፣ 2) ከመደበኛ ቁጥሮች መካከል ስለማይገኝ ፣ መሰሎቹን ይዞ <u>ኢመደበኛ ቁጥር</u> ይባላል። በክፍልፋይ መልኩ ማስቀመጥ የማንችለው ማለት ነው[18]። ይህን ወይም መሰል ሒሳብ እንዴት ይከናወናል? የሚል ጥያቄ በአእምሯችን እናነሳለን። ስሌቱን ለማካሄድ ብዙ ዐይነት ዘዴዎች አሉ። ለምሳሌ √2 ፣ በ1 እና በ2 መካከል መሆኑን መገመት ይቻላል። አንዱ የመፍትሔ መፈለጊያ ዘዴ በሙከራ ነው። በሚከተለው የማካፈል ዘዴን በሚመስል የስሌት ስልት በመጠቀም የምንፈልገውን አኃዝ ያህል መፈለግ እንችላለን።

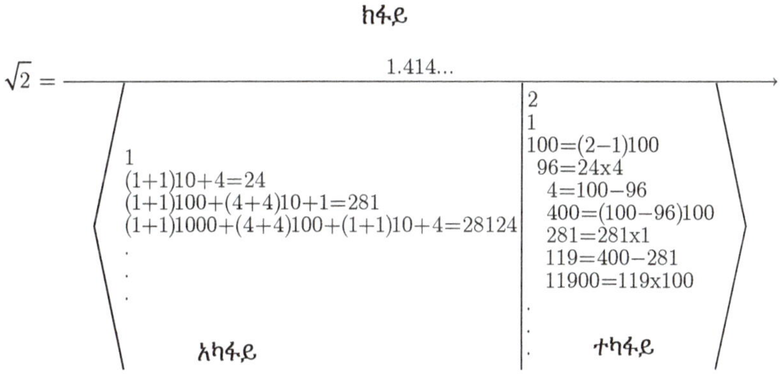

ክፋይ

$\sqrt{2}$ = 1.414...

አካፋይ	ተካፋይ
	2
	1
1	100=(2−1)100
(1+1)10+4=24	96=24x4
(1+1)100+(4+4)10+1=281	4=100−96
(1+1)1000+(4+4)100+(1+1)10+4=28124	400=(100−96)100
.	281=281x1
.	119=400−281
.	11900=119x100
	.
	.
	.

[18] በዘመኑ አማርኛ በላዕላይ እና ታኅታይ መግለጽ የማንችለው ማለት ነው። በዚህ መጽሐፍ ላዕላይ እና ታኅታይ የሚሉትን ቃላት በዚህ መልኩ አንጠቀማቸውም።

ኢመደበኛ ቁጥሮች የትየለሌ አኃዝ አላቸው። ከታዋቂ ኢመደበኛ ቁጥሮች መካከል የሚከተሉት በተለያዩ የሒሳብ ስሌቶች አዘውትረን የምንጠቀምባቸው ናቸው። ለምሳሌ

- $\pi = 3.14159265359...$
- $e = 2.71828182845...$
- φ =1.618033988749 ....

የመጀመሪያው የአንድ ክብ መጠነ-ዙሪያ ለክቡ የማዕከል ዳርቻ ርቀት ሁለት እጥፍ (ንፍቅ) ሲካፈል የሚገኝ በሥነ-ሥፍራ ጠቃሚ የሆነ ኢመደበኛ ቁጥር ነው። ሁለተኛው ከአንድ እስከ የትየለሌ ያሉ መቁጠሪያ ቁጥሮችን ግልብጥ በመደመር የሚገኝ ኢመደበኛ ቁጥር ሲሆን በብዙ የሒሳብና የፊዚካ ስሌቶች ጥቅም ያለው ኢመደበኛ ቁጥር ነው። አንዳ'ንዴ የአይለር ቁጥር ይባላል። ሦስተኛው ወደር የለሽ ክፍል ይባላል። ሁለት ቁጥሮች ተደምረው ድምሩ ለትልቁ ቁጥር ሲካፈል ፣ ትልቁ ለትንሹ ቁጥር ሲካፈል ከሚገኘው ውጤት ጋር እኩል የሚሆነው ትልቁ ቁጥር ለትንሹ ሲካፈል ክፍሉ (ድርሻው) ወደርየለሽ ክፍል (φ) ያህል ከሆነ ነው።

ገሀድ ቁጥሮች

አሁን ሠፊ የቁጥር ማዕቀፍ ይዘናል። አጠቃላይም ከአልቦ በላይ ያሉ መደበኛ እና ኢመደበኛ ቁጥሮችን በጅምላ ደማር ቁጥሮች ብለን እንሰይማቸው። ከአልቦ በታች ያሉ መደበኛ እና ኢመደበኛ ቁጥሮችን ደግሞ በጅምላ ቀናስ ቁጥሮች

ብለን እንስይማቸው። መደበኛ እና ኢመደበኛ ቁጥሮችን ያቀፈ የቁጥር ሥርዓት ገሀድ ቁጥር ይባላል።

ድርብ ቁጥሮች

ቀጥለን የሚከተለውን እንጠይቅ። የቀናስ ሁለት ሁለተኛ ሥርው (√-2) ስንት ነው? በራሱ ተባዝቶ ቀናስ ሁለት የሚሠጥ ቁጥርን ስናስብ እስካሁን በደረስንበት የቁጥሮች ማዕቀፍ ፤ በመደበኛም በኢመደበኛም ቁጥሮች ውስጥ አይገኝም። የዚህ መልስ በብይን ይጀምራል። የቀናስ አንድን ሁለተኛ ሥርው (√-1) በላቲን ፊደል አይ (i) በመተካት ፣ የሒሳብ ስሌታችንን እንደ ማንኛውም የገሀድ ቁጥሮች ስሌት ማከናወን እንችላለን። i – imaginary (የሐሳብ) ለማለት ነው። ለምሳሌ √-9= i3 ይሆናል ማለት ነው። መሰል በገሀዱ ቁጥሮች ውስጥ የማይታቀፉ ቁጥሮች **ድርብ ቁጥሮች** ይባላሉ። እንዲህ ዐይነት ቁጥር ምን ይጠቅማል? ከገሀዱ ዓለምስ ምን ግንኙነት አለው? እና የመሣሰሉት ጥያቄዎች ተገቢ ጥያቄዎች ናቸው። በመነሻው ጠቀሚታቸው በውል ባይታወቅም ፣ ብዙ በገሀዱ ዓለም ጠቃሚነት ያላቸው የሒሳብ ስሌቶች ድርብ ቁጥሮችን በመጠቀም ማስላት ይቻላል። ገሀድ ቁጥሮች ራሳቸው በድርብ ቁጥሮች ማዕቀፍ ውስጥ እንደሚያዙ ልብ ማለት ይጠቅማል። አንድ ድርብ ቁጥር ገሃድ እና የሐሳብ ምንዝሮች ይኖሩታል። ባቀማመጥም

- ገሀድ ምንዝር + ሐሳባዊ ምንዝር

ተደርገው ይጻፋሉ። ከገሀዳዊ ምንዝሩ ጋር አብሮ በግራ በኩል የላቲን ፊደል i (አይ) ይቀመጣል። ለምሳሌ ፣

- $4+i2$ ፣ $2-i3$ ፣ ወዘተ።

<u>ልብ በል</u>: ገሀድ ምንዝሩና የሐሳብ ምንዝሩ በመካከላቸው የመደመር ምልክት ቢኖርም ርስበርሳቸው አይደመሩም።

በድርብ ቁጥሮች መካከል መሠረታዊ ስሌቶችን ስናከናውን የሚከተሉት ሕጎች የጸኑ ናቸው።

- ሁለት ድርብ ቁጥሮች ሲደምሩ (ሲቀናነሱ) ፣ ምንጊዜም ቢሆን የአንዱን ገሃድ ምንዝር ከሁለተኛው ገሃድ ምንዝር ጋር ፣ የአንዱን የሐሳብ ምንዝር ከሁለተኛው የሐሳብ ምንዝር ጋር ይደመራሉ (ይቀነሳሉ) ፤ ለምሳሌ

  $(4+i2)+(2-i3)=6-i1$ ።
- ሁለት ድርብ ቁጥሮች ሲባዙ የአንዱ ገሃድ ምንዝር የሁለተኛውን ገሀድም ፣ የሐሳብም ምንዝሮች ያበዛል ፤ የአንዱ የሐሳብ ምንዝርም እንዲሁ የሁለተኛውን ገሀድም የሐሳብም ምንዝሮች ያበዛል፤ ለምሳሌ

  $(4+i2)\times(2-i3)=6-i12+i4+6=12-i8$ ።

- አንድ ድርብ ቁጥር በራሱ አጣማጅ[19] (congjugate) ሲባዛ ሙሉ በሙሉ የገሀድ ቁጥር ይሰጣል ፤ ለምሳሌ $(3 + i2) \times (3 - i2) = 6 - i6 + i6 + 4 = 13$ ።

ሎጋሪዝም እና ኤክስፖነንት

በቀደሙት ንዑስ ምዕራፎች ከሞላ ጎደል በዘመናዊ የሒሳብ ሥራ ውስጥ ጠቃሚ የሆኑ የቁጥር ሥርዓት መሥርተናል። በማስከተል ሁለት የስሌት ዐይነቶችን እንጨምር።

ቀደም ብለን ማባዛትን ደጋግመን ስንፈጽም አንድን ቁጥር በመደብ እና በሃይለ ቁጥር እንዴት እንደምንገልጸው አይተናል። ለምሳሌ መደቡ በa ቢወከል ፣ ሃይለ ቁጥሩ ደግሞ በn ቢወከል

- a^n

a ን n ጊዜ ያህል በራሱ ደጋግሞ ማብዛት ነው። n ጊዜ ያህል ስንል ከላይ ያለው መቁጠሪያ ቁጥር መሆኑን በውስጠ ታዋቂነት የሚያስረዳ ይመስላል። የቋንቋው የአገላለጽ (የአጠቃቀም) ውሱንነት ነው እንጅ የትኛውም ቁጥር መሆን

[19] ሁለት ድርብ ቁጥሮች አንዳቸው ለአንዳቸው አጣማጅ የሚሆኑት ሁሉም ምዝሮቻቸው በመጠን እኩል ሆነው አንደኛው ድርብ ቁጥር ላይ ያለው የሐሳብ ምንዝር ቀናስ ሲሆን ሌላኛው ላይ ደማር ከሆነ ነው።

ይችላል። መሥራች ቁጥሩም ማንኛውም ቁጥር መሆን ይችላል።

መደቡ የኦይለር ቁጥር የሆነ የሃይለ ቁጥር አጻጻፍ e^n ኤክስፖነንታዊ ይባላል። ኤክፖነንት ፣ የቃሉ መሠረት ላቲን ነው። ኤክስፖነንተም መውጣት (ወደ ላይ) እንደማለት ነው።

በመቀጠል መደቡ እና ውጤቱ ቢሰጠን ፣ ሃይለ ቁጥሩን ስለመፈለግ እናስብ። ይኽ ሐሳብ ወደ 'ሚቀጥለው የስሌት ተግባር ይወስደናል። ሎጋሪዝም ይባላል። የመሰረተ ቃል ጥናት (etymology) እንደሚነግረን የቃሉ መነሻ የግሪክ ቃል «ሎጎስ» ነው ፤ «ንጹር መጠን ፣ ንጽጽር (ውዳር) ፣ ቃል» እንደማለት ነው። ከዚሁ የወጣው የላቲን ቃል «ሎጋሪዚሙስ» ፣ «ንጹር ቁጥር» እንደማለት ነው። በዘመናችን በሒሳብ መጻሕፍት እንደሚገኘው ሎጋሪዝም የሚለውን ቃል በቀጥታ እንዋሳለን። ሎጋሪዝም ማስከወኛው ትዕምርት log (ሎግ) ነው። ለምሳሌ መደቡ 10 ቢሆን ውጤቱ 100 ቢሆን ፣ ሃይለ ቁጥሩ 2 ነው ማለት ነው። ባጠቃላይ

$$\log_{10} 100 = 2$$

ሎግ መቶ ለመደብ አሥር ተብሎ ይነበባል። መደቡ አሥር ሲሆን በስምምነት ለመደብ አሥር የሚለው ይተውና ሎግ መቶ ተብሎ ይነበባል። ምንም መደብ ካልተጠቀሰ በውስጠ ታዋቂነት መደቡ አሥር እንደሆነ ይታሰባል ፤ ልሙድ

ሎጋሪዝም (common logarithm) ይባላል። እንደሚከተለው ይጻፋል።

$$\log b = \log_{10} b$$

እንበልና ውጤቱ b ቢሆን ፣ መደቡ a ቢሆን ሃይለ ቁጥሩ n ቢሆን የሚከተሉት ሕጎች የጸኑ ናቸው።

- $\log_a b = n \Leftrightarrow b = a^n$
- $\log_a bc = \log_a b + \log_a c$
- $\log_a b/c = \log_a b - \log_a c$

የሎጋሪዝሙ መደብ የኦይለር ቁጥር e ከሆነ ሎጋሪዝሙ የተፈጥሮ ሎጋሪዝም (natural logarithm) ይባላል። የምንጠቀመው ትዕምርት ln ነው። «ላን» ተብሎ ይነበባል። እንደሚከተለው ይጻፋል።

- $\ln b = \log_e b \Leftrightarrow b = e^n$

አጋኖ ብዜት

n ደማር መቁጠሪያ ቁጥር ቢሆን $n!$ አጋኖ ብዜት ይባላል። አጋኖ ብዜት ከn በታች ያሉ ደማር መቁጠሪያ ቁጥሮች ሁሉ ብዜት ነው $n! = n\text{x}(n-1)\text{x}(n-2)\text{x} \ldots 2\text{x}1$

በብይን $0! = 1$ ነው።

የጋራ ብዜት

ሁለት ቁጥሮች ለየራሳቸው ከሌሎች ቁጥሮች ጋር ተባዝተው ከሚገኙ ቁጥሮች መካከል የጋራቸው የሆኑት የጋራ ብዜት ይባላሉ። ከነዚህ በመጠን ትንሹ ቁጥር ትንሹ የጋራ ብዜት ይባላል። ለምሣሌ

- የ 6 ብዜቶች {6 ፣ 12 ፣ 18 ፣ 24 ፣ 30 ፣ 36 ፣ 42 ፣ 48 ፣ 54 ፣ ...}
- የ 9 ብዜቶችን {9 ፣ 18 ፣ 27 ፣ 36 ፣ 45 ፣ 54 ፣ 63 ፣ 72 ፣ ...}

ናቸው። የጋራ ብዜቶቻቸው {18 ፣ 36 ፣ 54 ፣ 72 ፣ ...} ናቸው። ከነዚህ የጋራ ብዜቶች መካከል ትንሹ 18 ነው።

የጋራ አካፋይ

አንድን ቁጥር ተባዝተው የሚሰጡ ቁጥሮችን የቁጥሩ አካፋይ እንላቸዋለን ለምሣሌ የ 12 አካፋዮች {1፣ 2 ፣ 3 ፣ 4 ፣ 6 ፣ 12} ናቸው። የ16 አካፋዮች {1 ፣ 2 ፣ 4 ፣ 8 ፣ 16} ናቸው። የነዚህ የሁለት ቁጥሮች የጋራ አካፋዮች የሆኑት {1 ፣ 2 እና 4} ናቸው። ከነዚህ ውስጥ ትልቁ 4 ነው። 4 የ12 እና የ16 ትልቁ የጋራ አካፋይ ይባላል።

የመሠረታዊ ስሌቶች የትግበራ ቅደም ተከተል

በየትኛውም የሒሳብ የስሌት ሐረግ ውስጥ ከመደመር እና መቀነስ ቀድሞ ማካፈል እና ማባዛት ይተገበራሉ። ቅንፎች ፣

ሥርዎች ፣ ሃይሎች ካሉ ደግሞ በቅንፉ ፣ በሥርው ፣ በሃይሉ ውስጥ ያሉት ከውጭ ካሉት ስሌቶች ቀድመው ይተገበራሉ።

ድርደራና[20] ስደራ[21]

ድርደራ እና ስደራ ሁለት የተለያዩ የስብስብ አባላትን የመመደቢያ መንገዶች ናቸው።

ድርደራ (P) (ከnነገሮች kውን በአንዴ በመውሰድ ሲደረደሩ ፣ የድርድሩ ብዛት እንደሚከተለው ይገኛል።

$$_nP_k = \frac{n!}{(n-k)!}$$

በአማርኛ n ብዛት ካላቸው ስብስቦች kዎቹ እየተወሰዱ ሲደረደሩ ወይም ባጭሩ n –ድርድር- k ተብሎ ይነበብ።

ስደራ (C) (ከn ነገሮች kውን በአንዴ በመውሰድ ሲሰደሩ ፣ የስድሩ ብዛትእንደሚከተለው ይገኛል

$$_nC_k = \frac{n!}{k!\,(n-k)!}$$

በአማርኛ n ብዛት ካላቸው ስብስቦች kዎቹ እየተወሰዱ ሲሰደሩ ወይም ባጭሩ n –ስድር- k ተብሎ ይነበብ።

---

[20] Permutation

[21] Combination

የቁጥር ተርታዎች

ቁጥሮች በተለያየ መንገድ በተርታ ሊሰለፉ ይችላሉ። አሰላለፋቸው ወጥነት ያለው አካሄድ ያለው እንደሆነ ሥርዓተ ጥለት (pattern) አላቸው እንላለን። ተርታዎቹ ተከታታይ ቁጥሮች[22] ይባላሉ። ለምሳሌ 1 3 5 7 9 . . . ። በሁለት ተከታታይ የተርታው አባላት መካከል ያለው ልዩነት ሁለት ነው። የተፈጥሮ ቁጥሮች በራሳቸው በአሐድ ልዩነት በተርታ የሚሰለፉ ናቸው።

ድምራዊ ተርታዎች[23]

የድምር ተርታዎች የሚባሉት ፣ በቅደም ተከተል ከትንሽ ወደ ትልቅ ወይም በግልባጩ ከትልቅ ወደ ትንሽ የተደረደሩ ቁጥሮች ተከታታይ የሆኑ ሁለት የተርታው አባላት ትንሹ ከትልቁ ሲቀነስ ወጥ የሆነና የማይለዋወጥ ውጤት ያላቸው የቁጥር ተርታዎችን ነው።

በተርታው ውስጥ ያሉትን ቁጥሮች መደመር በሥነ-ቁጥር (number theory) የሒሳብ ዘርፍ ተዘውትረው ከሚጠኑት ውስጥ ነው። ለምሳሌ ከአንድ እስከ n ድረስ ያሉ ደማር መቁጠሪያ ቁጥሮች ድምር ስንት ነው ብለን ልንጠይቅ እንችላለን። ከአንድ እስከ አምስት ያሉት ደማር መቁጠሪያ

---

[22] Sequence
[23] Arithmetic series

ቁጥሮች ድምር $1+2+3+4+5 = 15$ ነው። በዚሁ አካሄድ ከአንድ እስከ n ያሉትን ደማር መቁጠሪያ ቁጥሮች ድምር ማስላት እንችላለን። አንድ ባንድ መደመር ግን ጊዜ ይወስዳል። ድምሩን ለመተግበር ቀላል መንገድ አለ[24]። እንደሚከተልው ነው።

$$S = \{(1+2+3+\cdots n) + (n+n-1 + n-2+\cdots 2+1)\}/2$$

$$S = \frac{n(n+1)}{2}$$

ባጠቃላይ የተርታውን $k^{ኛ}$ አባል a_k ብለን ብንሰይመው ፣ በያንዳንዱ አባል መካከል ያለውን የማይለዋወጥ የቁጥር ልዩነት d ብለን ብንሰይመው ፣ ከአንድ እስከ n ድረስ ያሉት አባላት የተርታው ድምር S_n እንደሚከተለው ይጻፋል።

[24] ይኸንን መንገድ ለመጀመሪያ ጊዜ ያገኘው ጋውስ የተባለ ፈረንሳዊ የሒሳብ ተመራማሪ ነው ይባላል። ነገሩ እንዲህ ነው። ጋውስ የመጀመሪያ ደረጃ ተማሪ እያለ ፣ አንድ ቀን አስተማሪያቸው እስከ መቶ ያሉትን ደማር መቁጠሪያ ቁጥሮች ድምር እንዲፈልጉ የክፍሉን ተማሪዎች ሥራ ይሰጣቸዋል። ጋውስ መልሱን በፍጥነው ሠርቶ ለመምህሩ አስረከበ። መምህሩም መልሱን አያውቀውም ነበር። ጋውስ የድምሩን ጥለት በፍጥነት መረዳት ችሎ ነበር። ዕይታው እንደሚከተለው ነበር። ከአንድ እስከ መቶ ያሉትን መቁጠሪያ ቁጥሮች መደመር ማለት ፣ ከአንድ እስከ መቶ ያለው ድምር ላይ በግልባጭ ከመቶ እስከ አንድ ያሉትን ደምሮ ለሁለት ማካፈል ነው። ያ ማለት ድምሩ (100+1)x100/2 = 5050 ይሆናል ማለት ነው። በዚሁ አካሄድ ለ n ደማር መቁጠሪያ ቁጥሮች ነገሩን ማጠቃለል ይቻላል።

$$S_n = \sum_{k=1}^{n} a_k = na_1 + d\sum_{k=1}^{n}(k-1)$$
$$= na_1 + d\frac{n(n-1)}{2}$$

ብዜታዊ ተርታዎች[25]

በተከታታይ የተርታው አባላት መካከል የማይለዋወጥ አብዥ ያለው የቁጥሮች ሰልፍ ነው። ለምሳሌ

$$1\ 3\ 9\ 27\ 81\ 243\ \ldots$$

ወዘተ።

የድምራዊ ተርታ ቁጥሮችን ድምር ለማስላት ቀላል ብልኃት እንዳለ ሁሉ ፣ ብዜታዊ ተርታዎችን ለመደመርም እንደዚሁ ቀላል መንገድ አለ። በተከታታይ አባላቱ መካከል ያለው የማይለዋወጠው አብዥ r ይሁን የመጀመሪያው አባል a ይሁን። k ኛው የተርታው አባል $a_k = ar^{k-1}$ ይሆናል። በዚሁም አካሂያድ

$$S = a + ar + ar^2 + ar^3 + \cdots + ar^{n-1}$$

$$rS = ar + ar^2 + ar^3 + \cdots + ar^n$$

$$S - rS = a - ar^n$$

[25] geometric series

$$S = a\frac{1-r^n}{1-r} \text{ ፣} r \neq 1$$

የድምር ጎነ ሦስት[26] (Pascal's triangle)

```
                1
              1   1
            1   2   1
          1   3   3   1
        1   4   6   4   1
      1   5  10  10   5   1
    1   6  15  20  15   6   1
  1   7  21  35  35  21   7   1
1   8  28  56  70  56  28   8   1
```

የድምር ጎነ ሦስት (የፓስካል ጎነ ሦስት) ፣ በጎነ ሦስት ቅርጽ የሚደረደሩ ቁጥሮች ሲሆኑ እያንዳንዱ ቁጥር ፣ ከቅርብ የበላዩ ሁለት ቁጥሮች ድምር የሚገኝ ነው። የፓስካል ድርድር ጠቃሚ የሆኑ የሒሳብ ስሌቶች ውስጥ የሚገባ ድርድር ነው (Coolidge, 1949)። በፓስካል ስም ይሰየም እንጅ ፣ ከፓስካል ቀድመው በሕንድ ፣ በፋርስ ፣ በቻይና እና በሌሎችም ሀገራት በነበሩ የሒሳብ ተመራማሪዎች ዘንድ የታወቀ ድርድር ነበር።

የቪርሃንካ-ፊቦናቺ / የፒንጋላ ቁጥሮች ተርታ (Fibonachi series)

በምዕራባውያን የፊቦናቺ[27] የቁጥሮች ተርታ በመባል ይታወቃል። ቁጥሩ በሕንድ የሳንስክሪት[28] የግጥም ዘይቤ

---

[26] ብሌይዝ ፓስካል የሒሳብ እና የፍልስፍና ሊቅ የነበረ ፈረንሳዊ ነበር።
[27] ፊቦናቺ በአሥራ ሁለተኛው ክፍለ ዘመን የነበረ ጣሊያናዊ የሒሳብ ምሁር ነበር። ስሙ የፒሳው ሊዎናርዶ ይባል ነበር። በዘመኑም በጣም ጎበዝ የሒሳብ ምሁር እንደነበር ይወራለት ነበር። የሕንዶ ዐረባውያንን የቁጥር ሥርዓት ወደ በውሮፓ ምድር በሰፊው እንዲተዋወቅና ጥቅም ላይ እንዲውል ካደርጉት የሒሳብ ሊቆች አንዱ ነው። ሊበር አባቺ "የሒሳብ መጽሐፍ" የተሰኘ መጽሐፍ ጽፏል።

[28] የሳንስክሪት የግጥም ዘይቤ አጭርና ረዥም syllables (የድምጽ አሃዶችን) ይይዛል። አጭሩ አንድ የድምጽ አሃድ ሲኖረው ረዥሙ ሁለት የድምጽ አሃድ አለው። ቪርሃንካ የተባለ የሳንስክሪት ባለቅኔ በ700 ድኅረ ልደተ ክርስቶስ የነዚህን ቁጥሮች ድርድር በግጥም ዘይቤው ውስጥ ተጠቅሞ ነበር። አካሄዱ እንዲህ ነው። ለምስሌ ሁለት

ውስጥ ፣ ከፊቦናቺ[29] 1000 ዓመታት ቀድሞ የታወቀ ነበር (Singh, 1985)። ፊቦናቺ በመጀመሪያ ከዐረቦች ስለ ቁጥሩ ድርድር ተምሯል (ሲግለር, 2003)። ዐረቦቹ ከሕንዶች የተማሩት ሳይሆን አይቀርም። አሰላለፉ ከዜሮ ጀምሮ ሁለት ተከታታይ የተርታውን አባላት በመደመር የሚቀጥለውን የተርታውን አባል በማግኘት ነው። እንደሚከተለው

1 1 2 3 5 8 13 21 34 55 89 144 ...

እነዚህ ቁጥሮች ፣ ከሥነ-ስሌት አንፃር ብቻ ሳይሆን ፣ በተፈጥሮ በተደጋጋሚ የሚገኙ ቁጥሮች ናቸው።

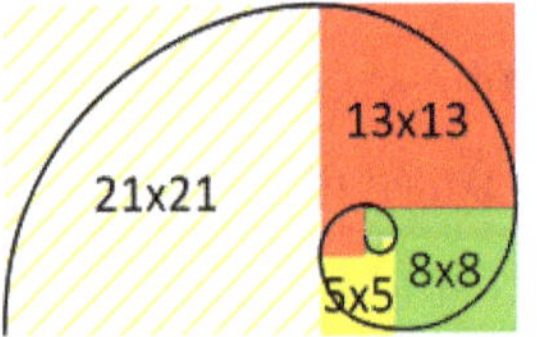

የፊቦናቺ ጥምዝ በሥዕሉ ላይ እንደተመለከተው የሠራል። የፊቦናች ተርታ ተከታታይ ቁጥሮች እየተለቁ ሲሄዱ ተከታዩ ለቀዳሚው ሲካፈል ወደር የለሽ ክፋይ (ዲቫይን ፕሮፖርሺን) ወደሚባለው ኢመደበኛ ቁጥር እየቀረበ ይሄዳል። ይኸንን ጸባይ ያገኘው ሌላ የሒሳብ ምሁር ነበር።

አሃድ ያለው ስንኝ ለመቋጠር ወይ አንድ ረዥም ወይም ሁለት አጭር የድምጽ አሃዶችን መጠቀም ይቻላል። ሦስት አሃድ ያለውን ስንኝ ለመቋጠር ሦስት ባለ አጭር ፣ ወይም አንድ ረዥም ቀጥሎ አንድ አጭር ፣ ወይም ደግሞ ሥፍራቸው ተቀያይሮ አንድ አጭር ቀጥሎ አንድ ረዥም የድምጽ አሃዶችን መጠቀም ይቻላል። አጠቃላይ ሦስት አማራጮች ይኖራሉ ፣ አራት አሃድ ያለው ስንኝ ለመቋጠር በዚሁ አካሄድ ብናሰላው አምስት አማራጮች ይኖረላሉ ፣ ስድስት አሃዶች ያሉት ፣ ስምንት አማራጮች ይኖሩታል ፣ በዚሁ አካሄድ የሚቀጥሉት የአማራጮች ብዛት ፣ የቀዳሚዎቹ ሁለት ተከታታይ አማራጮች ብዛት ድምር ይሆናል። የሳንስክሪት እውቀቱ ያላቸው ከበሮ መችዎች ፣ ታብላ የተሰኘውን ከበሯቸውን በዚሁ አሰናሰል ይጫወታሉ።

[29] ሊወናርዶ ፒሳኖ ፣ ከ 1170 እስከ 1240

የብሕትው ቁጥሮች ተርታ

ብሕትው ቁጥሮች ከአንድ በላይ የሆኑ መቁጠሪያ ቁጥሮች ሲሆኑ ከራሳቸው እና ከአንድ በቀር ከሌሎች ቁጥሮች ብዜት የሚገኙ አይደሉም። በዚህ ጸባያቸው ለብዙ ዘርፎች ፣ ለምሳሌ በባንኮች እና በወታደራዊ አስተዳደሮች የይለፍ ቃል ለመቀመር ጥቅም ላይ ውለዋል። የብሕትው ቁጥሮች ተርታ በውል የሚታወቅ የአጣጣል መርኅ አልተገኘላቸውም። ብሕትው ቁጥሮች ፣ ቀደምት የግሪክ የሥነ-ሥፍራ እና የሥነ-ቁጥር ተመራማሪዎች የተወሰነ ጥናት አድርገውባቸዋል። ለምሳሌ ዩክሊድ የብሕትው ቁጥሮችን የብዛት ኢውሱንነት እንደሚከተለው በተቃርኖ ሥነ-ሞገት (reductio ad absurdum) አረጋግጦ ነበር።

- ለማለት ያህል ፣ ብሕትው ቁጥሮች በብዛታቸው ውሱን ናቸው እንበል፣ p_1 ፣ p_2 ፣ p_3 ፣ $\dots p_n$
- ሁሉንም ብሕትው ቁጥሮች አባዝተን አንድ እንደምር ወይም አንድ እንቀንስ፣ ብዜታቸውን በP እንወክለው $P = p_1 x p_2 x p_3 x \dots p_n \pm 1$
- P ከአንድ በላይ የሆነ የመቁጠሪያ ቁጥር ሲሆን ፣ በየትኞቹም የብሕተው ቁጥሮች (p_1 ፣ p_2 ፣ p_3 ፣ $\dots p_n$) ተካፋይ አይደለም።
- ይኽ ፣ ነው ብለን ከተነሳነው ጋር ይቃረናል።
- በመሆኑም ብሕትው ቁጥሮች በብዛታቸው ውሱን ናቸው የሚለው ትክክል አይደለም።
-

ምዕራፍ ፪: ሥነ-ንጽጽር

ቀጥለን ከዩክሊድ 4ኛ መጽሐፍ ላይ የተወሰደ ኢዩዶክሳዊ የንጽጽር ንድፈ ሐሳብን ባጭሩ እናቀርባለን። ሲተረጎሙ ለመረዳት የሚያስቸግሩ ለመሰሉኝ ተጨማሪ ማብራሪያዎች በቅንፍ ውስጥ አስቀመጫለሁ።

ብይኖች

፩፡ የሚበልጠውን የሚለካ መጠን ከበላጩ ያነሰ መጠን ነው። (አንድን መጠን ለመለካት ፣ መለኪያው ከሚለካው መጠን ያንሰ መሆን አለበት። እንደዚሁም ፣ ተለኪው ከለኪው የበለጠ መሆን አለበት።)

፪፡ በሚያንሰው ሲለካ የሚበልጠው የሚያንሰው የሆነ ያህል ብዜት ነው። (የሚያንሰው p ቢሆን የሚበልጠው q ቢሆን $q > p$ ከሆነ $q = mp$ ፣ $m > 1$ ነው።)

፫፡ ***ወዲር*** (ratio) በሁለት ተመሳሳይ ነገሮች መካከል ያለ የመጠን ዝምድና ነው። (በሁለት መጠኖች መካከል ያለ መጠናዊ ዝምድና ነው።)

፬፡ ርስበርሳቸው ሲባዙ ፣ አንዳቸው ካንዳቸው የበለጡ መሆን የሚችሉ መጠኖች ወዲር አላቸው እንላለን።

(በዘመናዊ አረዳድ ፣ በሁለት መጠኖች እንበልና p እና q መካከል ወዲር የሚኖረው p እና qን የሚያበዙ m እና n ቢኖሩና $mp > q$ እና $nq > p$ የሆነ እንደሆነ ነው። ይህ ሁኔታ የአርቺሜድስ ጸባይ በመባል ይታወቃል)

፭፡ አንድ ዐይነት ***ወዲር*** ያላቸው መጠኖች የሚባሉት ፣ የመጀመሪያው ከሁለተኛው ፣ የሦስተኛው ከአራተኛው ፣ የትኛውም በመጀመሪያው ላይ እና በሦስተኛው ላይ እንዲሁም በሁለተኛውና በአራተኛው ላይ እኩል አባዥ ቢደረግ የመጀመሪያዎቹ ከተከታዮቹ በተመሳሳይ አካሄድ የሚበልጡ ወይም እኩል የሚሆኑ ወይም የሚያንሱ የሆነ እንደሆነ ነው። (ይኽ ብይን ወሰብሰብ ያለና ሐሳቡንም በፍጥነት ለመረዳት አስቸጋሪ ነው ፣ ለማስረዳት የተፈለገው መጠኖች p፣ q፣ r እና s ቢኖሩ እናም m እና n በዘፈቀደ የተመረጡ ደማር መቁጠሪያ ቁጥሮች ቢሆኑ $p : q :: r : s$[30] እውን የሚሆነው ፣ $np < mq$ ፣ $np = mq$ እና $np > mq$ እውን ሲሁኑ እንደቅደም ተከተላቸው $nr > ms$ ፣ $nr = ms$ እና $nr > ms$ እውን ሲሆኑ ነው።)

፮፡ አንድ (የማይለዋወጥ) ወዲር ያላቸው መጠኖች ወደረኛ (proportional) ይባሉ። [ወዲራቸው አሐድ ከሆነ አቻ ይባላሉ።]

፯፡ ከእኩል ብዜቶች መካከል የመጀመሪያው መጠን ከሁለተኛው ቢበልጥ ነገር ግን የሦስተኛው ብዜት

---

[30] $p : q$ p ሲካፈል ለ q ነው። p ለ q ተብሎ ይነበባል። :: እንደ ተብሎ ይነበባል። ባጠቃላይ p ለ q እንደ r ለ s ነው ተብሎ ይነበባል።

ከአራተኛው ብዜት ባይበልጥ ፣ የመጀመሪያው ለሁለተኛ ያለው ወዷር የሦስተኛው ከአራተኛው የበለጠ ነው።

፰፡

(ወደፊት በሠፊው ይቀርባል።)

ምዕራፍ ፫: ሥነ-ሥፍራ ዘዩክሊድ

ሥነ-ሥፍራ ሠፊ የሒሳብ ዘርፍ ነው። በሥሩም ብዙ ዘርፎች አሉት። በሥነ-ሥፍራ የሒሳብ ዘርፍ የምናጠናው ስለ ነገሮች ቅርጽ፣ ሥፋት፣ ይዘት፣ ርቀት፣ ተዳፋት (ተቃናት) አንጻራዊ አቀማመጥ፣ ቦታ ነው። በዚህ ምዕራፍ የተወሰኑ የዩክሊዳዊ ሥነ-ሥፍራ ሐሳቦችን፣ ብይኖችን እና አዋጆችን እንመለከታለን። ዩክሊዳዊ ሥፍራ[31] የተወሰኑ ይሁንታ፣ እሙን ወይም ቅቡል ተብለው የተደነገጉ የሐሳብ የሥነ-ሥፍራ መነሻዎችን የሚያሟላ ቦታ ነው (ዩክሊድ (325-265 ቅልክ), 2005)።

ብይኖች

ዩክሊድ በመጀመሪያው መጽሐፍ የሚከተሉትን መነሻ ብይኖች አስቀምጧል።

---

[31]የእስከንድርያው ዩክሊድ (ግሪክ፡ Ευκλείδης ፣ግእ፡ኤፍክሌይዲስ) በ፫ኛው መቶ ቅልክ የነበረ የግሪክ የሒሳብ ሊቅ ነበር። ዩክሊድ በሥነ-ሥፍራ ላይ የጻፈው እና አሁን የዩክሊዳዊ ሥነ-ሥፍራ መገለጫ የሆኑ የሥነ-ሥፍራ መርሆችን አባላት (በጥንታዊ ግሪክ: Στοιχεῖα ስቶቸያ) በተሰኘው መጽሐፉን ከትቧል። ይህ መጽሐፍ የሥነ-ሥፍራ መማሪያ መጽሐፍ በመሆን ለረዥም ጊዜ ከተጻፈበት እስከ አሥራ ዘጠነኛው መቶ ክፍለ ዘመን አገልግሏል። አንዳንድ ጸሓፍት እንደሚተርኩልን መጽሐፉ እስከቅርብ ጊዜ ድረስ ከመጽሐፍ ቅዱስ ቀጥሎ በሰፊው ይታተም እና ይባዛ የነበረ መጽሐፍ ነበር። ይኸ መጽሐፍ በሀገራችን ተተርጉሞ የሚያውቅ አይምስለኝም። ተተርጉሞም ከነበረ ሥርጭቱ በጣም ውሱን ነበር ወይም በአንዱ አውዳሚ ጦርነት ጊዜ ተቃጥሎ ሊሆን ይችላል።

፩) ነጥብ ክፍል የለሽ ነቁጥ ነው። [የነቁጥ መጠን ኢምንት ነው።]

፪) መሥመር (_______________) ወርድ የለሽ ትልም ነው።

፫) የመሥመር መነሻ እና መድረሻ ነጥቦች ናቸው።

፬) ቀጥታ (ቀጤ) መሥመር በመነሻ እና በመድረሻዎቹ መካከል ወጥ ሆኖ ቀጥ ብሎ የሚተለም ነው[32]።

፭) ገጽ (surface) ርዝመት እና ወርድ ያለው ነው።

፮) የገጽ ዳርቻዎች (ጠርዞች) መሥመሮች ናቸው።

፯) ጠለል (plane) በሁለት ቀጥታ መሥመሮች መካከል ያለ መውጣት መውረድ ለጥ ብሎ ያለ ሥዕል ነው።

፰) ጠለል-ዘዌ[33] በሁለት መሥመሮች መካከል ያለ ፣ በአንድ ጠለል ውስጥ የሆነ ፣ አንዱ መሥመር ከሌላው አንጻር ያላቸው የአቅጣጫ ዙረት ነው።

፱) አንድ ቀጥታ መሥመር በሌላ አግዳሚ ቀጥታ መሥመር ላይ ሲቆም ⊥ ኩታ ገጠም ዘዌዎችን እኩል ያደርጋቸዋል ፤

---

[32]**መሥመር ተረዘመ (የመሥመር ርዘማ)** የሚባለው አቅጣጫውን ጠብቆ የመሥመሩ ርዝመት ሲጨመር ነው።

[33]ዘዌ የግእዝ ቃል ነው። ብዙ ትርጉሞች አሉት። አንዱ እኛ ለፈለግነው ሐሳብ ጠቃሚ የሆነው ትርጉም «መጋጠሚያ ፣ የሁለት ማእዘኖች ጫፍ ፣ ሸለቆው ፣ ስብራቱ» የሚል ነው (ኪ.ክ)። በዚህ መጽሐፍ ውስጥ ዘዌ ስንል አንድ ቀጤ መሥመር የጋራ መነሻ ነጥብ ወዳለው ሌላኛ ቀጤ መሥመር ለመውሰድ የሚያስፈልገው በጋራ ነጥቡ ላይ የሚደረግ መጠነ-ሹረት ማለታችን ነው።

እነዚህ ዘዌዎች ልክ ዘዌዎች (ወይም ማዕዘኖች) ይባላሉ። መሥመሮቹ ደግሞ ምስቅ[34] መሥመሮች ይባላሉ።

፲) ዘርጣ-ዘዌ (ዘርጣጣ ዘዌ) ከልክ ዘዌ በላይ የሆነ ዘዌ ነው።

፲፩) ሾጣ-ዘዌ (ሾጣጣ ዘዌ) ከልክ ዘዌ በታች የሆነ ዘዌ ነው።

፲፪) ድንበር የማንኛውም ነገር ጠርዝ ነው።

፲፫) ሥዕል በሁሉም አቅጣጫ በመሥመር የታጠረ ጠለል ነው።

፲፬) ክብ ○ በአንድ የማያቋርጥ ከባቢ ዳርቻ መሥመር የተከበበ ፤ ማዕከላዊ ነጥብ ያለውና ከማዕከላዊ ነጥቡ ወደ ከባቢ ዳርቻው የሚሰመሩ ቀጥታ መሥመሮች ርዝመት ሁሉ እኩል የሆነ ጠለል ሥዕል ነው።

፲፭) [ክቡን እኩል ለኩል ለሁለት የሚከፍሉት የትኞቹም መሥመሮች የሚገናኙበት] ያ ነጥብ የክቡ ማዕከል ይባላል።

፲፮) የክብ ንፍቅ ⊖ በክቡ ማዕከል አልፎ ሁለት የክቡን ዳርቻ የሚነካ መሥመር ነው።

፲፯) ግማሽ ክብ በንፍቅ የሚቆረጥ የክብ ሽንሽን ነው።

---

[34]ምስቅ: - መስቀለኛ ከሚለው ቃል የተመሰረተ ቃል ሲሆን በዚህ መጽሐፍ አገባብ አንዱ መሥመር ከሌላው ጋር ምስቅ ነው ስንል ፣ መሥመሮቹ ሲገናኙ ፺ መዓርጋት ይሠራሉ ማለታችን ነው።)

፲፰) የክብ ክፋይ በቀጥታ መሥመር የተቆረጠ ፣ በቆራጭ መስመሩ እና በክቡ ዳርቻ የተያዘ ገጽ ነው።

፲፱) ጎነ-፫ በሦስት ድንበሮች የታጠረ ሥዕል ነው።

፳) ጎነ-፬ ▭ በአራት ድንበሮች የታጠረ ሥዕል ነው።

፳፩) ተቃራኒ የጎነ-፬ን መታጠፊያ ነጥቦች የሚያገናኙ ሁለት መሥመሮች ሰያፍ (ስላች) ይባላሉ።

፳፪) ጎነ-ብዙ ከአራት በላይ ጎኖች ያለው ጠለላዊ ሥዕል ነው።

፳፫ ሦስቱም ጎኖቹ እኩል የሆነ ጎነ-፫ ጎነ-እኩል ጎነ-፫ ይባላል።

፳፬ ሁለቱ ጎኖቹ እኩል የሆነ ጎነ-፫ መንቴ ጎነ-፫ ይባላል።

፳፭ የትኞቹም ሁለት ጎኖቹ እኩል ያልሆኑ ጎነ-፫ ፣ ተባላጭ ጎነ-፫ ይባላል።

፳፮ ልከ ጎነ-፫ ◺ ልከ-ዘዌ ያለው ጎነ-፫ ነው።

፳፯ ዘርጣ ጎነ-፫ ◿ ፣ ዘርጣ-ዘዌ ያለው ጎነ-፫ ነው።

፳፰ ሾጣ ጎነ-፫ △ ሦስቱም ዘዌዎቹ ከልከ ዘዌ በታች የሆኑ ጎነ-፫ ነው።

፳፱ ከጎነ ፬ ሥዕሎች ፣ ካሬ □ ፣ ሁሉም ጎኖቹ እና ሁሉም ዘዌዎቹ እኩል የሆነ ሥዕል ነው።

፴ ሮምበስ ሁሉም ጎኖቹ እኩል የሆነ ፣ ዘዌዎቹ ልክ-ዘዌ ያልሆኑ ጎነ-፬ ሥዕል ነው።

፴፩ ዖብሎንግ ሁሉም ዘዌዎቹ ልክ-ዘዌ የሆኑ ፣ ሁሉም ጎኖቹ እኩል ያልሆኑ ጎነ-፬ ሥዕል ነው።

፴፪ ሮምቦይድ ትይዩ ጎኖቹ ብቻ እኩል የሆኑ ጎነ-፬ ሥዕል ነው። ከነዚህ ውጭ የሆኑ ጎነ-፬ ሥዕሎች ትራፔዝየም ይባላሉ።

እንዲሁም

ቅቡሎች ማስረጃ ሳያስፈልግ በራሳቸው ርግጥ የሆኑ ፣ ከሌላ መነሻ ማስረገጥ የማይቻሉ የሒሳብ አዋጆች ናቸው።

ድንጋጌዎች ያለማረጋገጫ ይሁኑ ተብለው የተወሰዱ ይሁንታዎች ናቸው።

አዋጅ ከቅቡሎች እና ይሁንታዎች በመነሳት በማስረጃ የሚረጋገጥ የሒሳብ ሐረግ ነው። **ቃለ ዓዋዲ** የአዋጅ ነጋሪ ቃል ፣ ሐረግ ፣ ዓረፍተ ነገር ፣ አንቀጽ ነው። የሥነ-ሥፍራ ምሁራን እነሀን **ጥዩቅ**[35] (ቴረም) እና **መጠይቅ**[36] (ፕሮብሌም) በማለት ይከፍሏቸዋል። ጥዩቅ በዚህ አገባብ እውነትነቱ ከሒሳባዊ ተግባር የሚገኝ አዋጅ ሲሆን መጠይቅ ደግሞ አንድ መፍትሔ የሚፈለግለት ሒሳባዊ ተግባር ሊሆን ይችላል።

---

[35] ርግጥ ፣ በእርግጥ ፣ እውነት ፣ በውነት ፣ በግልጥ። ኪ.ክ.
[36] የሚያስጠይቅ ፣ አስጠያቂ ፣ አሥመርማሪ ፣ የሚያስረዳ ፣ አስረጅ። ኪ.ክ.

ንዑስ አዋጅ[37] (አዋጅ ተከታይ) ከዐቢይ አዋጅ (ከጥዩቅ) በመነሳት በቀጥታ የሚደረስ የሒሳብ እውነት ነው።

መፍትሔ አንድን የሒሳብ መጠይቅ ለመፍታት የሚደረግ ትንተናዊ ወይም ሥነ-ሥፍራዊ ተግባር ነው።

ትንተና[38] አንድን አዋጅ ተከትሎ የሚደረግ ሐተታ ፣ አዋጅ ተከታይ ለመሆን በቂ ያልሆነ

ምሥጋር[39] ከአንድ አዋጅ ቀድሞ እንደ መንደርደሪያ የሚቀርብ።

ድንጋጌዎች (postulates)

፩) ከየትኛውም ነጥብ ወደ የትኛውም ነጥብ ቀጥታ መሥመር መትለም ይቻላል።

፪) ውስን ቀጥታ መሥመርን በልሙጥ ቀጣያዊነት በቀጥታ መሥመር መትለም ይቻላል።

፫) በየትኛውም ማዕከልና በየትኛውም የማዕከል ዳርቻ ርቀት ክብን መትለም ይቻላል።

፬) ሁሉም ልክ ዘዌዎች ርስበርሳቸው እኩል ናቸው።

፭) ሁለት ቀጥታ መሥመሮችን የሚያቋርጥ ቀጥታ መሥመር ባንድ በኩል ያሉ የውስጥ ዘዌዎች ከሁለት ልክ-ዘዌ ያነሱ ከሆነ ያለማቋረጥ ቢተለሙ ሁለቱ ዘዌዎች ከሁለት

---

[37] Corollary
[38] Analysis
[39] Lemma

ልክ ዘዌዎች ባነሱበት በኩል ባለ አቅጣጫ የሆነ ነጥብ ላይ ይገናኛሉ።

ቅቡሎች ፣ የጋራ ተግባቦቶች (Axioms, common notions)

፩) ከአንድ ነገር ጋር እኩል የሆኑ ነገሮች ርስበርሳቸውም እኩል ናቸው። ይኸን ሕገ ተማዝዝኖ እንለዋለን።

፪) ከእኩሎች ላይ እኩል ነገር ቢደመር (ቢጨመር) ፣ ድምሮቹም ርስበርሳቸው እኩል ናቸው።

፫) ከእኩሎች ላይ እኩል ቢቀነስ ቀሪዎችም እኩል ናቸው።

፬) ሲደረቡ አንዱ ሌላው ልክ የሚሆኑ ፣ ልክ የሚገጥሙ ነገሮች ርስበርሳቸው እኩል ናቸው።

፭) ሙሉው ከከፊሉ ይበልጣል።

ሥፍረ-ዘዌ[40]

የዘዌ ልኬትን ፣ የዘዌ ቅምሮች ሒሳባዊ ክወናን ፣ በዘዌዎች እና በጎነ-፫ ጎኖች መካከል ያለ ዝምድና በጥቅሉ ሥፍረ-ዘዌ (trignometry) ይባላል።

፩) የዘዌ መሥፈሪያ አሃዶች

ዘዌዎች ባብዛኛው በግሪክ ፊደላት ይወከላሉ። የዘዌ አቅጣጫ በቀስት ሊመለከት ይችላል። (እንደ ስምምነት

---

[40]መአደ ዘዌም ሊባል ይችላል። መአደ -ሰፈረ ፣ ከነዳ ፣ አስተካከለ ፣ ቁመቱን ፣ ወርዱን ፣ የሕንፃ ፣ የእንጨት ፣ የመሬት። ኪ.ክ.

ቀስቱ ከሰዓት ተቃርኖ ካመለከተ ዘዌው ደማር ነው ፣ እንደ ሰዓት ካመለከተ ደግሞ ቀናስ ነው።)

ዘዌን ለመለካት የሚጠቅሙ የተለያዩ የስምምነት አሃዶች አሉ። ከነዚህ ሁለቱ መዓርግ እና ማዳር ልኬት ናቸው።

- መዓርግ አንድን ሙሉ ሹረት ዘዌ ለ፫፻፷ ክፍሎች እንዲከፈል በማድረግ የሚተገበር ነው። አንዱ ክፍል አሃድ መዓርግ ትሠፍራለች። ሙሉ ሹረት ማለት አንድ መሥመር በመነሻ ነጥቡ ላይ በመሾር በትክክል ቀድሞ ከነበረበት የሚያደርሰው መጠነ-ሹረት ነው። መዓርግን ለማመልከት ከቁጥሩ በላይ በቀኝ በኩል ትንሽ ክብ (^{o}) እናስቀምጣለን።

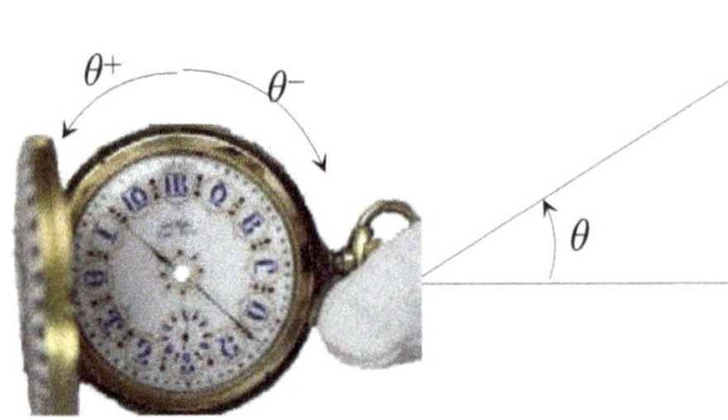

- ሥፍረ ማዳር (ራዲያን) አንድን ሙሉ ክብ ወይም ክፍለ ዙር በራሱ የማዕከል ዳርቻ ርቀት (ማዳር) መለካት ነው። ሙሉ ክብ 2π-ማዳር ሥፍር ነው። ይኸ መጠን የአንድ ክብ መጠነ ዙሪያ ለማዳሩ ሲካፈል ነው። በሳይንሱ ዓለም የተሻለ ጥቅም ላይ የሚውል እና ሒሳባዊ ስሌቶችንም የሚያቀል የልኬት ስልት ነው።

፬) መሠረታዊ የዘዌዎችን ዝምድና የተመለከቱ አዋጆች

አዋጅ-ዘ፩ ሁለት በተቃራኒ አቅጣጫ የሚ·ተለመ· መሥመሮች በቀጥታ መሥመር ላይ ቢያርፉ ፣ በመሥመሮቹ መካከል ያለው ዘዌ 180 መዓርግ (π-ማዳር ነው።)

አንድ ሙሉ ዞር 360 መዓርጋት ከሆነ ቀጥታ መሥመር የከቡን ግማሽ ያህል ዘዌ ይኖረዋል ፣ በዚህም አዋጁ ቀጥታ ይረጋገጣል።

አዋጅ-ዘ፪ ሁለት ቀጥታ መሥመሮች ርስበርሳቸው አንዱ አንዱን ቢያቋርጥ በሁለቱ መሥመሮች ርስበርስ መቆራረጥ የሚሰሩት ተቃራኒ ዘዌዎች እኩል ናቸው።

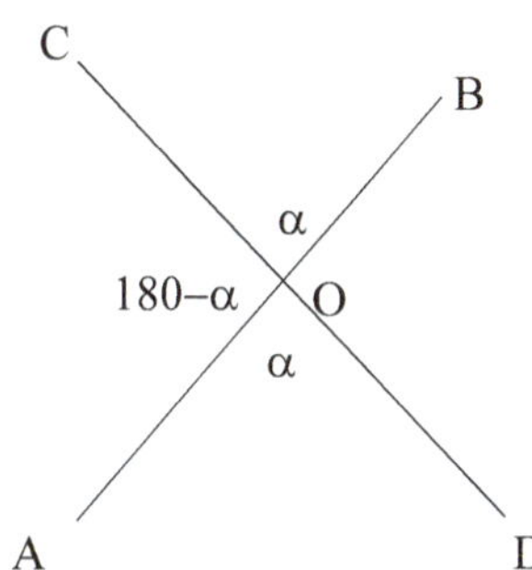

በአዋጅ መሠረት $\measuredangle COB + \measuredangle COA = 180 = \measuredangle COA + \measuredangle AOD$። በመሆኑም $\measuredangle COB = \measuredangle AOD$ መሆኑ እነሆ ተረጋገጠ።

አዋጅ-ዘ፫ ሁለት ትይዩ መሥመሮች በአንድ መሥመር ቢቋረጡ በመሥመሩ የሚሰሩት ተፈራራቂ የውስጥ ዘዌዎች እኩል ናቸው። ድንጋጌ-፫ ን ተመልከት። መሥመር CD እና መሥመር AB ትይዩ ከሆኑ $\measuredangle DFG + \measuredangle BGF = 180 = \measuredangle CFG + \measuredangle AGF$። ይህ እውነት ካልሆነ ግን CD እና AB ትይዩ ሊሆኑ አይችሉም ፣ ማለትም ባንድ በኩል ያሉ የውስጥ ዘዌዎች ከሁለት ልክ-ዘዌ

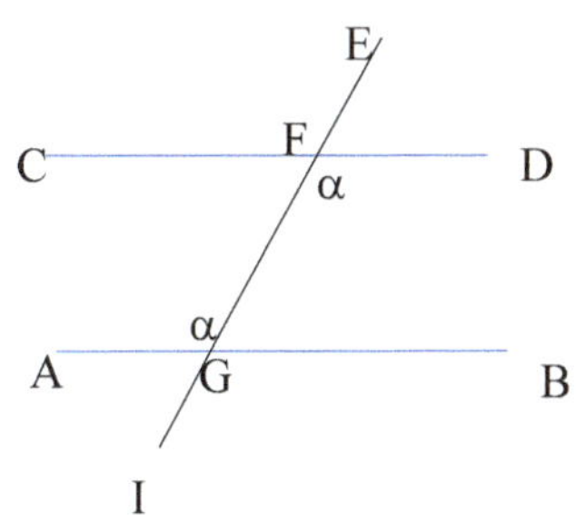

(180 መዓርጋት) ያነሱ ከሆነ ያለማቋረጥ ቢተለሙ ሁለቱ ዘዌዎች ከሁለት ልክ ዘዌዎች ባነሱበት በኩል ባለ አቅጣጫ የሆነ ነጥብ ላይ ይገናኛሉ።

እንደዚሁም በአዋጅ-ዘ፳ መሠረት $\measuredangle DFG + \measuredangle CFG = 180$ ፣ $\measuredangle AGF + \measuredangle BGF = 180$ ስለዚህ $\measuredangle DFG + \measuredangle BGF = \measuredangle DFG + \measuredangle CFG$ በመሆኑ $\measuredangle BGF = \measuredangle CFG$ እንዲሁም $\measuredangle CFG + \measuredangle AGF = \measuredangle AGF + \measuredangle BGF$ በመሆኑ $\measuredangle CFG = \measuredangle BGF$ መሆናቸው እነሆ ተረጋገጠ። ሁለት ትይዩ መሥመሮች በአንድ መሥመር ቢቋረጡ በመስመሩ የሚሠሩት ተፈራራቂ የውስጥ ዘዌዎች እኩል ናቸው።

አዋጅ-ዘ፴ ሁለት ትይዩ መሥመሮች በአንድ ቀጤ መሥመር ቢቋረጡ ተዛማጅ ዘዌዎች (corresponing angles) እኩል ናቸው።

በአዋጅ-ዘ፪ መሠረት $\measuredangle CFE = \measuredangle DFG$ ፣ በአዋጅ-ዘ፫ መሠረት $\measuredangle DFG = \measuredangle AGF$ በሕገ ተማዝኖ $\measuredangle CFE = \measuredangle AGF$። በዚሁ መንገድ $\measuredangle EFD = \measuredangle BGF$ መሆኑ እነሆ ተረጋገጠ።

አዋጅ-ዘ፭ የጎነ-፫ የውስጥ ዘዌዎች ድምር 180 መዓርጋት ነው።

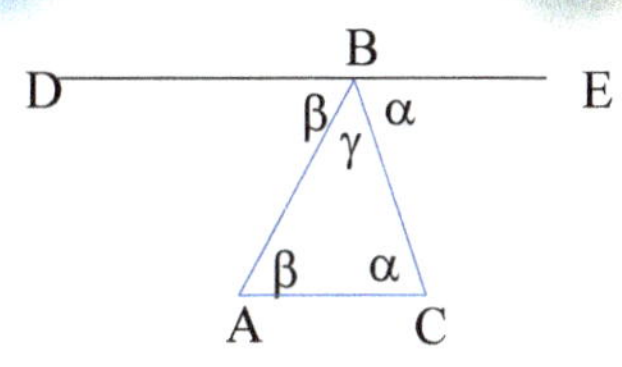

በአንደኛው የጎነ-፫ቱ እጥፋት የሚያልፍ እና ለተቃራኒው ጎን ትይዩ የሆነ መሥመር DE ይተለም። $\measuredangle CAB = \measuredangle DBA = \beta$ ፣ $\measuredangle ACB = \measuredangle EBC = \alpha$። በአዋጅ-ዘ፩ መሠረት

$$\measuredangle DBA + \measuredangle ABC + \measuredangle CBE = \beta + \gamma + \alpha = 180$$

መሆኑ እነሆ ተረጋገጠ።

፪) ልክ ጎነ-፫ እና የዘዌ ቀመሮች እና ዝምድናዎች

በዩክሊዳዊ ሥነ-ሥፍራ ጎነ-፫ ፣ ሦስት ጎን ያለው ጠለል ሥዕል ሲሆን ፣ ጎኖቹ ርስ በርሳቸው የሚሠሯቸው ዘዌዎች ድምር ፻፹ መዓርጋት (π ማዳር) ነው። የተለያዩ የጎነ-፫ ምስሎች አሉ። አንዱ የጎነ-፫ ዐይነት ልክ ጎነ-፫ ◺ ነው። ከሦስቱ የውስጥ ዘዌዎቹ አንዱ ፺ መዓርጋት ልኬት አለው (ሁለቱ ጎኖች ርስበርሳቸው ምስቅ ናቸው)

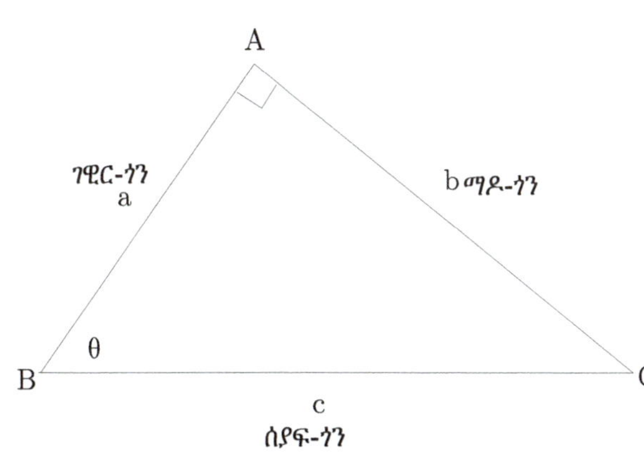

ለ፺ መዓርጋት ዘዌው ፊትለፊት የሆነው ጎን ከሦስቱ ጎኖች ረዥሙ ሲሆን «ሃይፖትኑ(ነ)ስ» ይባላል። ቃሉ ከግሪክ ቋንቋ የተገኘ ነው። በሚያገናኛቸው

ነጥቦች መካከል አጭሩ ርቀት እና በሁለቱ ነጥቦች መካከል (በሥዕሉ ላይ እንደተመለከተው B እና C) ሊተለም የሚችል ብቸኛው ቀጤ መሥመር ነው። በአማርኛ ስመልሰው ሰያፍ-ጎን (ስላች-ጎን) ብየዋለሁ። ከዚህ መሥመር ውጭ በሁለቱ ነጥቦች መካከል የሚኖሩ መሥመሮች ቀጤ መሥመር አይሆኑም። ከ፺ መዓርጋትው ውጭ ያሉትን ሌሎች የጎነ-፫ቱን ዘዌዎች ብንወስድ ፣ ለመረጥነው ዘዌ ፊትለፊት ሆኖ የምናገኘውን ጎን ተቃራኒ (ቀራን-ጎን) ይባላል። ለዘዌው ፊትለፍት የሆነው ጎን ስለሆነ ማዶ-ጎን እንበለው።

ይኸንን ዘዌ ከሰያፉ ጋር በመሆን የሚሰራውን ጎን ደግሞ ገዊር-ጎን (ጎረ-ጎን) እንለዋለን። ገዊር የሚለውን ከግእዝ የተዋሥነው ቃል ነው። «አጠገብ ፣ የቅርብ» ማለት ነው[41]።

በመቀጠልም የሚከተሉትን መሠረታዊ የሥፍረ-ዘዌ ቅምሮች እንበይናለን።

- $\sin\theta = \frac{\text{ማዶ}-\text{ጎን}}{\text{ሰያፍ}-\text{ጎን}} = \frac{b}{c}$፣
- $\cos\theta = \frac{\text{ገዊር}-\text{ጎን}}{\text{ሰያፍ}-\text{ጎን}} = \frac{a}{c}$፣
- $\tan\theta = \frac{\text{ማዶ}-\text{ጎን}}{\text{ገዊር}-\text{ጎን}} = \frac{b}{a}$

አነባበብ: - ሳን-ዘዌ (sin: sine) ፣ ኮን-ዘዌ (cos: cosine) ፣ ታን-ዘዌ (tan: tangent)

[41] የቃሉ መነሻ ዕብራይስጥ ነው። ጋር ፣ ጎረቤት (ጎረ-ቤት) ፣ ጓሮ የሚሉት ከዚሁ የተገኙ ቃላት ናቸው። ኪ.ከ.

ከነዚህ ሦስት መሠረታዊ ብይኖች ፣ ሌሎች መጠኖች ይገኛሉ። ለምሳሌ የነዚህ መጠኖች ግልባጭ እንደቅደም ተከተላቸው

- $\sec\theta = \frac{1}{\sin\theta} = \frac{ሰያፍ-ጎን}{ማዶ-ጎን}$ ፣
- $\csc\theta = \frac{1}{\cos\theta} = \frac{ሰያፍ-ጎን}{ገዊር-ጎን}$ ፣
- $\cot\theta = \frac{1}{\tan\theta} = \frac{ገዊር-ጎን}{ማዶ-ጎን}$)።

አነባበብ:- ሴከ-ዘዌ (sec: secant) ፣ ኮሴከ-ዘዌ (csc: cosecant) ፣ ኮት-ዘዌ (cot: cotangent)

በተጨማሪም ፣ የሳን-ዘዌ ፣ የኮን-ዘዌ ፣ ወዘተ ዕሴት ተሰጥቶ ፣ ዘዌውን ማግኘት አስፈላጊ ሊሆን ይችላል። እንደዚያ ሲሆን ዘዌን አስቀድመን የሥፍረ ዘዌውን ዐይነት እንጽፋለን። ለምሳሌ ዘዌ-ሳን ፣ ዘዌ-ኮን ወዘተ።

ሠንጠረዥ3: የሥፍረ-ዘዌ ሠንጠረዥ

ስያሜ	0°	30°	45°	60°	90°
ሳን-ዘዌ	0	$\frac{1}{2}$	$\frac{1}{\sqrt{2}}$	$\frac{\sqrt{3}}{2}$	1
ኮን-ዘዌ	1	$\frac{\sqrt{3}}{2}$	$\frac{1}{\sqrt{2}}$	$\frac{1}{2}$	0
ታን-ዘዌ	0	$\frac{1}{\sqrt{3}}$	1	$\sqrt{3}$	∞
ኮሴከ-ዘዌ	∞	2	$\sqrt{2}$	$\frac{2}{\sqrt{3}}$	1
ሴከ-ዘዌ	1	$\frac{2}{\sqrt{3}}$	$\sqrt{2}$	2	∞

ኮት-ዘዌ	∞	$\sqrt{3}$	1	$\frac{1}{\sqrt{3}}$	0

፫) መጠነ-ሥፋት

መጠነ-ሥፋት የአንድ ገጽ የቆዳ ሥፋት ፣ ሽፋን

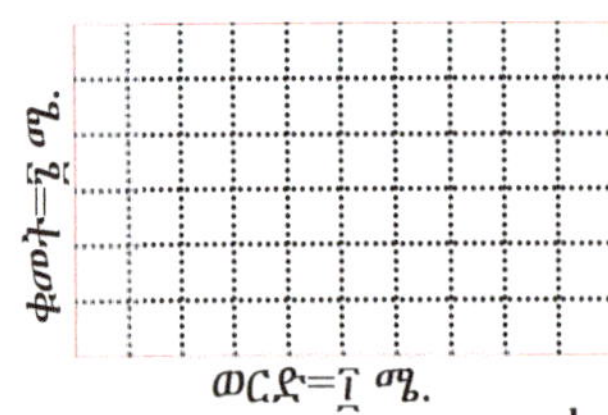

ማለት ነው። ካሬ ጎነ-፬ ጠለል ሥዕል ነው። አራቱም ጎኖቹ ርስበርሳቸው እኩል ናቸው። አራቱም ዘዌዎቹ እንዲሁ ርስበርሳቸው እኩል ናቸው። ለምሳሌ ፩ ሜትር የጎን ሥፍር ያለው ካሬ ፣ በአሃድ ሜትር ብንከፋፍለው ፣ ፳፭ ባለ ፩ ሜትር ካሬዎችን እናገኛለን። የነዚህ አሃድ የጎን ሥፍር ያላቸው ካሬዎች ቁጥር በብይን የካሬው መጠነ-ሥፋት ነው ፣ በምሳሌያችን ፭ በ ፭ ካሬ ፳፭ አሃድ ካሬዎችን ይይዛል ፤ ፳፭ ካሬ ሜትር መጠነ-ሥፋት አለው። ይኸንኑ ሐሳብ ፣ ያለማዛነፍ የቀጤ ጎነ-፬ ሥዕል (ምልክት □ ፣ ምህጻረ ቃል፡ ቀጎ-፬ ፣ እንግ፡ rectangle) መጠነ-ሥፋት ለማግኘት እንጠቀምበታለን። ለምሳሌ ፲ ሜትር በ፯ ሜትር የሆነ ቀጎ-፬ ለቁመቱ እና ለወርዱ ትይዩ በሆኑ መሥመሮች በ፩ ሜትር ርቀት ቢሸነሸን ፸ አሃድ ካሬዎች ይገኛሉ። ስለዚህ የቀጎ-፬ቱ መጠነ ሥፋት ፸ ካሬ ሜትር ይሆናል። በዚህ የሥፋት ብይን ፣ የየትኛውንም ውስብስብ ገጽ መጠነ-ሥፋት ስንል ፣ በሥዕሉ ላይ ምን ያህል አሃድ ካሬዎችን መሥራት እንችላለን ብለን እንደመጠየቅ ነው። ባጠቃላይ የቀጎ-፬ መጠነ-ሥፋት ቁመቱ ሲባዛ በወርዱ ይሆናል። ለየትኛውም ልከ-ዘዌ ጎነ-፫ የራሱን ግልባጭ በሰያፍ ጎኑ በመደረብ ቀጎ-፬ መሥራት ይቻላል። ስለዚህ የልከ-ዘዌ ጎነ-፫ መጠነ-ሥፋት በዚህ

መልኩ የተሠራው ቀኀ-፬ መጠነ-ሥፋት ግማሽ ያህል ነው። በሌላ አባባልም የልከ-ዘዌ ኀነ-፫ መጠነ-ሥፋት ፣ ከሰያፍ ጎኑ ሌላ የሆኑት ሁለት ጎኖቹ በዜት ግማሽ ነው።

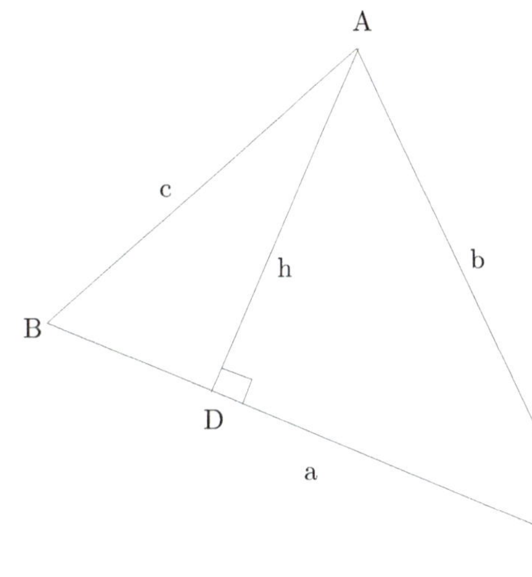

<u>አዋጅ (ጥዩቅ): -</u> ባጠቃላይም የየትኛውም ኀነ-፫ መጠነ-ሥፋት የየትኞቹም ሁለት ጎኖቹ እና ጎኖቹ የሚሠሩት ሳን-ዘዌ ብዜት ግማሽ ነው። የሁለቱ ጎኖች ርዝመት a እና b ቢሆን በመካከላቸው θ_{ab} ዘዌ ቢሠሩ ፣ የኀነ-፫ መጠነ-ሥፋት $\frac{ab\sin\theta_{ab}}{2}$ ነው።

<u>ማረጋገጫ</u>

ከA ተነስቶ ወደ D የሚሄድ ለBC ምስቅ ($\perp$) የሆነ ቀጤ መሥመር ይተለም ፣ BCን D ላይ ያገኘው። ከላይ ባስቀመጥነው የኀነ-፫ መጠነ-ሥፋት አገኛኘት መሠረት ፣ እንዲሁም የሙሉው ሥዕል መጠነ-ሥፋት ($\triangle ABC$) የሁለቱ ሥዕሎች ($\triangle ABD$ እና$\triangle ACD$) ድምር በመሆኑ የሚከተለውን ማስቀመጥ እንችላለን።

- መጠነ-ሥፋት $= \frac{1}{2}BD \cdot AD + \frac{1}{2}DC \cdot AD = \frac{1}{2}ah$

ነገር ግን ከላይ ባስቀመጥነው የሳን-ዘዌ ብይን $h = b\sin\theta_{ab}$ አለን። ስለዚህ

- የጎነ-፫ መጠነ-ሥፋት $= \frac{1}{2}ab\sin\theta_{ab}$

መሆኑን እናገኛለን።

ንዑስ አዋጆች (ተከታዮች)

፩) ይህ ያረጋገጥነው ውጤት የትኞቹንም ጎኖች ብንወስድ እውን ነው። በመሆኑም የሚከተለው ዝምድና ይገኛል።

$$\frac{\sin\theta_{ab}}{c} = \frac{\sin\theta_{bc}}{a} = \frac{\sin\theta_{ac}}{b}$$

ይህ የሳን-ዘዌ ሕግ ይባላል።

፪) ሁለት የጋራ ነጥብ ያላቸው የጎነ-፫ ጎኖች እኩል ከሆኑ ፣ በሁለቱ ጎኖች የጋራ ነጥብ ከሆነው ዘዌ ውጭ ያሉት የጎነ-፫ ዘዌዎች እኩል ናቸው።

፬) ተመሳሳይነት (ምልክት:~)

ብይን: ሁለት አንድ ዐይነት ቅርጽ ያላቸው ሥዕሎች ተመሳሳይ ሥዕሎች ይባላሉ። ሁለት ምስሎች ተመሳሳይ ሲሆኑ የተጓዳኝ ጎኖቻቸው ወዲር እኩል ነው። ተከትሎም

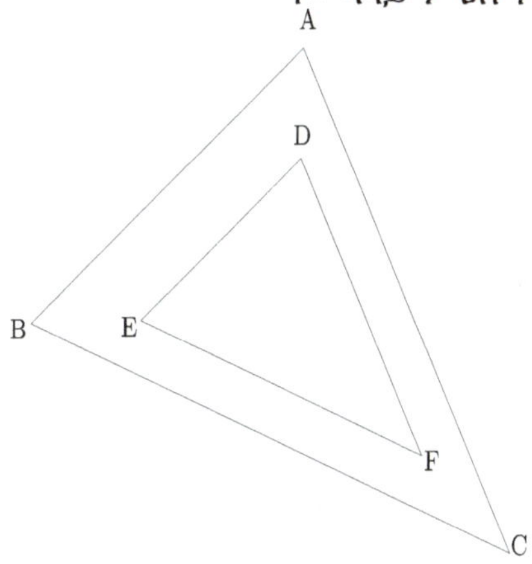

A D B E F C

- አንድ ጠለል ሥዕል ከራሱ ጋር ተመሳሳይ ነው።
- አንድ ጠለል ሥዕል ከሁለተኛው ጋር ተመሳሳይ ከሆነ ፣ ሁለተኛው ከሦስተኛው ጋር ተመሳሳይ ከሆነ ፣ በሕገ ተማገዝኖ አንደኛው ከሦስተኛው ጋር ተመሳሳይ ነው።

አዋጅ:- ዘዌዎቻቸው እኩል የሆኑ ጎነ-፫ዎች ተመሳሳይ ናቸው።

ማረጋገጫ

ሁለቱ ጎነ-፫ዎች ΔABC እና ΔDEF ይሆኑ።

በሳን-ዘዌ ሕግ መሠረት ሁለቱ ጎነ-፫ ምስሎች የሚከተለውን ማሟላት አለባቸው።

ΔABC

- $\frac{\sin\hat{C}}{\sin\hat{B}} = \frac{AB}{AC}$ ፣ $\frac{\sin\hat{A}}{\sin\hat{B}} = \frac{BC}{AC}$ ፣ $\frac{\sin\hat{A}}{\sin\hat{C}} = \frac{BC}{AB}$

ΔDEF

- $\frac{\sin\hat{F}}{\sin\hat{E}} = \frac{DE}{DF}$ ፣ $\frac{\sin\hat{D}}{\sin\hat{E}} = \frac{EF}{DF}$ ፣ $\frac{\sin\hat{D}}{\sin\hat{F}} = \frac{EF}{DE}$
- ሁለቱ ዘዌዎቻቸው እኩል ከሆኑ ፣ ሦስቱም ዘዌዎቻቸው እኩል ናቸው (የአንድ ጎነ-፫ የውስጥ ዘዌዎች ድምር ለሁሉም ጎነ-፫ዎች - በዩክሊዳዊ ሥነ-ሥፍራ- አይለወጤ እና ፪፻ መዓርጋት ነው። አዋጅ-ዘ፫)
- የተጓዳኝ ዘዌዎቻቸው ሳን-ዘዌ ወዲር እኩል ይሆናል። ያም ማለት የተጓዳኝ ጎኖቻቸው ወዲር እኩል ይሆናል ማለት ነው። ስለዚህ ሁለቱ ጎነ-፫ዎች ተመሳሳይ ይሆናሉ። ይህ የዘዌ-ዘዌ ተመሳሳይነት አዋጅ ይባላል።
- እንደዚሁም ፣ የትኞቹም ሁለቱ ጎኖቻቸው እና በጎኖቹ የጋራ ነጥብ የተያዘው ዘዌ እኩል የሆኑ ጎነ-፫ዎች ፣ ሦስቱም ተጓዳኝ ጎኖቻቸው እኩል የሆኑ ጎነ-፫ዎችም ተመሳሳይ ናቸው።

፫) የፓይታጎራስ አዋጅ[42]

አዋጅ:- በሥዕሉ እንደተመለከተው ፣ የሰያፍ-ጎኑ ርዝመት c ቢሆን የሌሎቹ ጎኖች ርዝመት a እና b ቢሆን ፣ የልከ-ዘዌ

---

[42]ፓይታጎረስ ከቀደምት የግሪክ የሒሳብ ሊቃውንት አንዱ ነበር። በዘመናችን ስለፓይታጎረስ ስብእናም ሆነ አኗኗር የደረሰን ሠፊ መረጃ የለም። የሞተው ዐየሮፎ ቅልክ አካባቢ ነበር። በስሙ የተሰየሙ ፓይታጎራዊ አብያተ ትምህርት ነበሩ። ስለነዚህ አብያተ ትምህርት የተወሰነ መረጃ አለ። በነዚህ አብያተ ትምህርት የሚሠለጥኑ የትምህርቱ አቀንቃኞች ፓይታጎራውያን ይባሉ ነበር። አሪስጣጣሊስ እንደጻፈልን ፣

ጎነ-፫ ሰያፍ ጎን ርዝመት ካሬ ፣ የተቀሩት ጎኖች ርዝመት ካሬ ድምር ነው። በምልክት የሒሳብ ሐረግ ሲቀመጥ (ሐውኪንግ, 2005)

$$a^2 + b^2 = c^2።$$

<u>ማረጋገጫ</u>

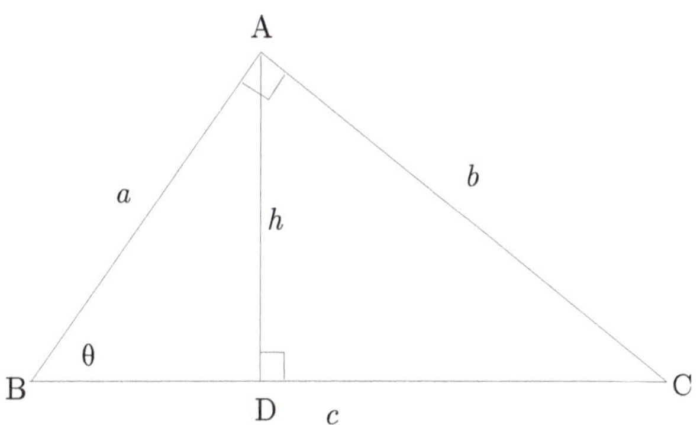

ፓይታጎራዊያን በሒሳብ ትምህርት ስላደጉ «ነገሮች ቁጥሮች ናቸው ። … ሁለንታውም መጠን እና ቁጥር ነው» ብለው ያስቡ ነበር። የፓይታጎረስን ስም ይዞ የቆየ አዋጅ <u>የፓይታጎረስ አዋጅ</u> በመባል የሚታወቀው ነው። ይኽን አዋጅ ባረጋገጠ ጊዜ ፓይታጎረስ ፻ በሬዎችን አርዶ ትልቅ ድግስ አድርጎ ነበር የሚል ትርክት አለ። እውነት ስለመሆኑ እርግጠኛ አይደለሁም። አዋጁን በመጀመሪያ ያረጋገጠው ፓይታጎረስ መሆኑንንም የሚጠራጠሩ አሉ። ከፓይታጎረስ በፊት በቤተ አምልኮ ግንባታ በግብጽም በሕንድም ጥቅም ላይ ይውል እንደነበረ የሚጠቁሙ መረጃዎች አሉ። ፓይታጎረስ ራሱ የራሱን ቤተ ትምህርት ከመከፈቱ አስቀድሞ በግብጽ ለብዙ አመታት እንደኖረም ፣ የሒሳብ ዕውቀቱን ከግብጽ ሊቃውንት አግኝቶ ሊሆን እንደሚችል የሚተርኩ አሉ።

ይህን ቀመር ለማረጋገጥ ከሁለት በላይ መንገዶች አሉ። ከነዚህ ውስጥ ፣ የተመሳሳይ ጎነ-፫ዎችን ባሕርይ በመጠቀም እንደሚከተለው ማረጋገጥ ይቻላል።

፩) በመትለም $AD \perp BC$ ይሁን።

፪) $\triangle BAC \sim \triangle BDA \Rightarrow \frac{BA}{BD} = \frac{BC}{BA}$

$\Rightarrow a^2 = c \cdot BD$

፫) $\triangle BAC \sim \triangle ADC \Rightarrow \frac{AC}{DC} = \frac{BC}{AC}$

$\Rightarrow b^2 = c \cdot DC$

፬) $a^2 + b^2 = c(BD + DC) = c^2$

እነሆ ተረጋገጠ።

<u>ንዑስ አዋጆች (ተከታዮች)</u>

፩) $h^2 = BD \cdot DC$

$\triangle BAD \sim \triangle ACD \qquad \Rightarrow \frac{BD}{AD} = \frac{AD}{CD} \Rightarrow AD^2 =$ $h^2 = BD \cdot CD$

፪) $hc = ab$

፫) $\sin^2\theta + \cos^2\theta = 1$

፬) $1 + \tan^2\theta = \sec^2\theta$

፭) $\sin(\alpha + \beta) = \sin\alpha\cos\beta + \cos\alpha\sin\beta$

፯) $\cos(\alpha+\beta)=\cos\alpha\cos\beta-\sin\alpha\sin\beta$

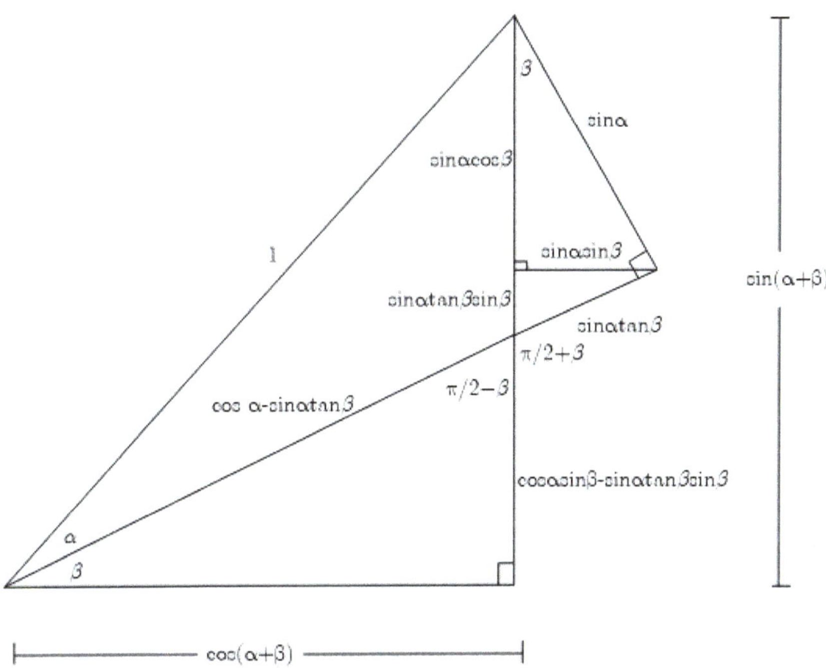

፮) የፓይታጎረስ አዋጅ መጠቅለያ

የፓይታጎረስ አዋጅ የሚሠራው የጎነ-፫ቱ አንደኛው አንጓ ፺ መዓርጋት የሆነ እንደሆነ ነው። ያ ባይሆን ፣ አዋጁን በመጠቀም እንደሚከተለው ማጠቃለል ይቻላል። ጎነ-፫ ABC ቢኖር የBC እና የAC ርዝመት እና በመካከላቸው ያለው ዘዌ θ_{ab} ቢሰጥ የሦስተኛውን ጎን ርዝመት ስለመፈለግ።

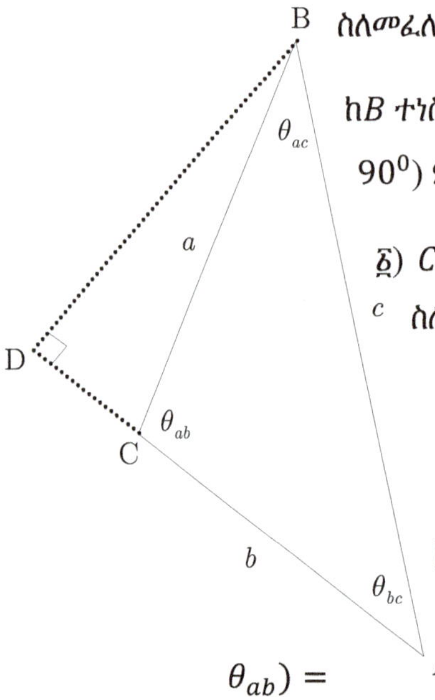

ከB ተነስቶ ለAC ወይም ለAC ቅጥል ($\theta_{ab} > 90^0$) ምስቅ የሆነ ቀጤ መሥመር ይተለም።

B
θ_{ac}
a
c
D
θ_{ab}
C
b
θ_{bc}
A

፩) C በቀጤ መሥመር AD ላይ ያርፋል። ስለዚህ

$$\measuredangle DCB + \measuredangle ACB = \pi$$
$$\Rightarrow \measuredangle DCB = \pi - \theta_{ab}$$

፪) $DC = a\cos(\pi - \theta_{ab}) = -a\cos\theta_{ab}$ ፣ $BD = a\sin(\pi - \theta_{ab}) = -a\sin\theta_{ab}$

፫) በፓይታጎራስ አዋጅ መሠረት

$$c^2 = (b - a\cos\theta_{ab})^2 + (a\sin\theta_{ab})^2$$

$$= b^2 - 2ab\cos\theta_{ab} + a^2\cos^2\theta_{ab} + a^2\sin^2\theta_{ab}$$

$$= a^2 + b^2 - 2ab\cos\theta_{ab}$$

የቅንብር ሥርዓት

ብይን: የቅንብር ሥርዓት የአንድን ነጥብ ቦታ ከተወሰነ የመነሻ ነጥብ አንጻር ለመሥፈር አንድ ወይም ከአንድ በላይ የቁጥር መሥመሮችን አቀናብሮ የያዘ የሐሳብ ሥርዓት ነው።

አውታረ-፩ (ወተረ ዋሕድ) የቅንብር ሥርዓት: - በአንድ ቀጥታ መሥመር ላይ አልቦ ፣ ደማር እና ቀናስ ቁጥሮችን ልናስቀምጥ እንችላለን። የቁጥር መሥመሩን አውታር[43] እንለዋለን። የx −የቅንብር አውታር ብለን ልንሰይመው እንችላለን። ሥርዓቱ አውታረ-፩ ሊባል ይችላል። በአውታረ-፩ ሥርዓት ወደ ግራና ወደ ቀኝ ቢኖር ወደ ኋላ እና ወደ ፊት የለም ፤ ወደ ላይ እና ወደ ታች የሚባል ነገር የለም። አውታረ-፩ ሥርዓት በሐሳብ ያለ ሥርዓት ነው።

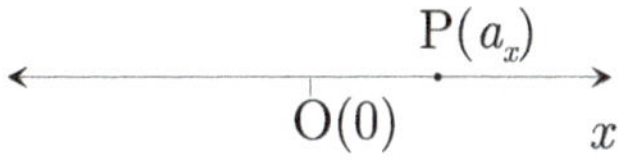

$P(a_x)$

$O(0)$ x

አውታረ-፪ (ወተረ ክልኤ) የቅንብር ሥርዓት: - ሁለት የቁጥር መሥመሮች በ፺ መዓርጋት አልቦ ላይ ተቋራጭ ሆነው ሊቀናበሩ ይችላሉ። በሁለቱም የቁጥር መሥመሮች ላይ ከአልቦ በታች እና ከአልቦ በላይ ቁጥሮችን ማስፈር ይቻላል። አንዱን የx −የቅንብር አውታር ተቧዳኙን የቁጥር መሥመር ደግሞ የy-የቅንብር

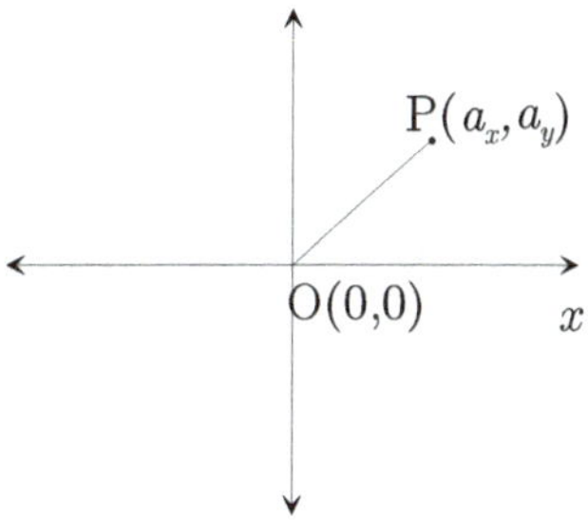

$P(a_x, a_y)$

$O(0,0)$ x

[43]አውታር የግእዝ ቃል ነው። ቃሉ የወተር (ግእ ፣ ዐረ) ብዙ ነው። ድምጹ ከወተር ይልቅ የተሻለ በመሆኑ ልክ እንደነጠላ እንጠቀምበታለን። በተጨማሪም ፣ አውታርን ልክ እንደ ነጠላ ወስደን ለብዙ ፣ በአማርኛ የአበዛዝ ስልት ፣ አውታሮች እንላለን። ከግእዝ ቋንቋ አንፃር የቋንቋ መፋለስን እንዳያስከትል አውታር ሁለት ወደ ተቃራኒ አቅጣጫ የሚሄዱ ወተሮችን (ጥንድ ወተሮችን) የሚይዝ ነው ብሎ ማሰብ ይቻላል።

አውታር ብለን ልንሰይመው እንችላለን። ይኸ የቅንብር ሥርዓት አውታረ-፪ ነው። በአውታረ-፪ ሥርዓት ወደ ግራ ወደ ቀኝ ወደ ፊት ወደ ኋላ ሲኖሩ ወደ ላይ ወደ ታች የሚባል ነገር የለም። አውታረ-፪ ሥርዓትም የሐሳብ ሥርዓት ነው። አራት ክልሎች አሉት። ርቦዎች ይባላሉ። ርቦ ፩ በደማር x እና በደማር y ይወሰናል። ርቦ ፪ በቀናስ x እና በደማር y ይወሰናል ፣ ርቦ ፫ በቀናስ x እና ቀናስ y ይወሰናል ርቦ ፬ በደማር x እና በቀናስ y ይወሰናል። እያንዳንዳቸው ፺ መዓርጋት ዘዌ ይይዛሉ።

<u>አውታረ-፫ (ወተረ ሥሉስ) የቅንብር ሥርዓት:</u> - በገሃዱ ዓለም የአንድን ቁስ ወይም ነጥብ የቦታ ርቀት እንደፈቀድነው ያለ ገደብ ለመለካት ቀድሞ ለነበሩት አውታረ-፪ የቅንብር ሥርዓት የቁጥር አውታሮች ፺ መዓርጋት የዘዌ ሥፍር ያለው የቁጥር መሥመር ፣ በጋራ የአልቦ ነጥብ የሚያልፍ ልንተልም እንችላለን። በሥዕሉ እንደተመለከተው x ፣ y እና z የቅንብር ሥርዓቱ ተቧዳኝ አውታሮች ናቸው። ሦስቱም የቅንብር አውታሮች ርስበርሳቸው ምስቅ ይሆናሉ። ይኸ የአውታረ-፫ የቅንብር ሥርዓት ይባላል።

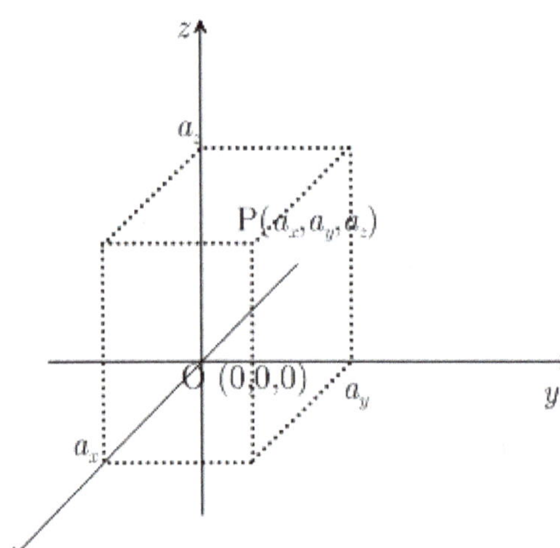

የአውታረ-፫ ሥርዓት በገሀዱ ዓለም የምናየውን ግራ-ቀኝ ፣ ፊት-ኋላ እና ላይ-ታች የያዘ ነው።

በ፲፯ኛው መቶ ክፍለ ዘመን የቅንብር ሥርዓቶች አወቃቀር ያቀነቀነው ሬኔ ዴስካርተስ የተባለ ፈረንሳዊ ፈላስፋ እና የሒሳብ ተመራማሪ ነበር። ስለዚህም ካርተሳዊ የቅንብር ሥርዓት በመባልም ይታወቃል። የዚህ የቅንብር ሥርዓት መፈልሰፍ በሥነ-ሥፍራ እና ሥነ-ቅምር (አልጀብራ) መካከል ያለው ዝምድና ጎልቶ እንዲወጣና ፣ የሥነ-ሥፍራ ትምህርት እና ምርምር በእጅጉ ቀልጣፋ እንዲሆን አድርጓል።

የቅንብር-ሹረታዊ ሽግረት[44]

የሥነ-ሥፍራ ቅርጾችን በሒሳብ ስሌት ለመግለጽ የቅንብር ሥርዓትን ለማዋቀር ብዙ የተለያዩ መንገዶች[45] ስላሉ አንዱ ከአንዱ የሚዛመዱበትን መንገድ ማወቅ ጠቃሚ ነው። አንዲት ነጥብ በተለያዩ የቅንብር ሥርዓቶች የተለያየ የቅንብር ዕሴቶች

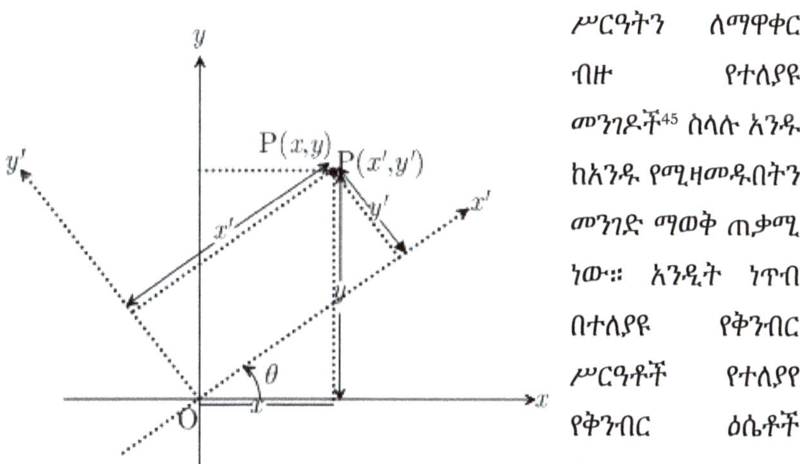

---

[44] Coordinate rotational transformation

[45] ሌሎችም የቅንብር ሥርዓቶች አሉ። ለምሳሌ ከበ-ዐምዳዊ (cylindrical) ወይም ሉላዊ (spherical) የቅንብር ሥርዓቶች አሉ።

ይኖራታል። አንዱን የቅንብር ሥርዓት በማሾር ወይም በማንፏቀቅ ሌላ የቅንብር ሥርዓት ሊዋቀር ይችላል። የቅንብር ሹረትን እንመልከት። የቅንብር ሥርዓት መሾር የሚችለው በአውታረ-፪ ወይም ከዚያ በላይ በሆኑ የቅንብር ሥርዓቶች ነው። ለምሳሌ በአውታረ-፪ ሥርዓት ፣ አንድን የቅንብር ሥርዓት በዘዌ θ ያሾርነው እንደሆነ በቀድሞ የቅንብር ሥርዓት ዕሴት (x, y) ያላት ነጥብ ከሹረት በኋላ የቅንብር ዕሴት (x', y') ይኖራታል። ሁለቱ የቅንብር እሴቶች እንደሚከተለው ይዛመዳሉ።

$$x' = x\cos\theta - y\sin\theta$$

$$y' = x\sin\theta + y\cos\theta$$

በቅንብር ሥርዓት ሹረት የነጥቦች የቅንብር ዕሴት እንደዚህ ይቀየራል። በቅንብር ሹረት ጊዜ ግን በሁለት ነጥቦች መካከል ያለ ርቀት እንደተጠበቀ ይሆናል። አይለወጥም። እናረጋግጥ።

በመጀመሪያው የቅንብር ሥርዓት ሁለት ነጥቦች $P_1(x_1, y_1)$ እና $P_2(x_2, y_2)$ ይኑሩን።

እነዚሁ ነጥቦች በዘዌ θ በሾረው የቅንብር ሥርዓት የቅንብር ዕሴት $P_1(x'_1, y'_1)$ እና $P_2(x'_2, y'_2)$ ይኑራቸው። በሁለቱ ነጥቦች መካከል ያለውን ርቀት S የፓይታጎራስን አዋጅ በመጠቀም እንደሚከተለው እናገኛለን።

$$S'^2 = (x'_2 - x'_1)^2 + (y'_2 - y'_1)^2$$

$$= (\cos\theta(x_2 - x_1) + \sin\theta(y_1 - y_2))^2$$
$$+(\sin\theta(x_2 - x_1) + \cos\theta(y_2 - y_1))^2$$
$$= \cos^2\theta(x_2 - x_1)^2 + \sin^2\theta(y_1 - y_2)^2$$
$$-2\cos\theta\sin\theta(x_2 - x_1)(y_2 - y_1)$$
$$+ \cos^2\theta(y_2 - y_1)^2 + \sin^2\theta(x_2 - x_1)^2$$
$$+2\cos\theta\sin\theta(x_2 - x_1)(y_2 - y_1)$$
$$= (x_2 - x_1)^2 + (y_2 - y_1)^2$$
$$= S^2$$

ስለዚህ በሁለት ነጥቦች መካከል ያለ ርቀት በቅንብር ሥርዓት ሹረት አይለወጤ ሥፍር ይባላል። አይለወጤ (invariant) በሁሉም ተዛማጅ የቅንብር ሥርዓቶች የሚገኙ ዋቢዎች የሚስማሙበት በሁሉም እኩል የሚሠፈር ወይም በቅንብር ሥርዓት ሹረት ወይም ፍልሰት የማይቀያየር መጠን ነው።

<u>ክፍላተ-ቅምብብ</u>

ሁሌም በአንድ አይንቀሳቀሴ ነጥብ ውስጥ የሚያልፍ ያልተወሰነ ርዝመት ያለው መሥመር በአንድ ገጽ ውስጥ ሳይሆን በክብ ዙሪያ ቢዞር ፣ ዟሪው መሥመር በተቃራኒ አቅጣጭ የሚገኙ በአይንቀሳቀሴው ነጥብ ላይ ጫፋቸው የሚገናኙ እና ዐይነት የሆኑ ሁለት ቅምብቦችን ይሠራል (በሥዕሉ ላይ እንደተመለከተው። (ሄዝ, 1896))

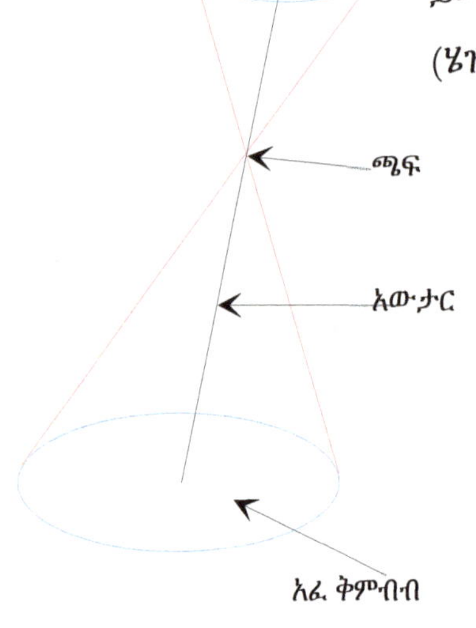

- ቀጥታ መሥመሩ የሚዞርበት ክብ ትልም <u>አፈ-ቅምብብ</u> (base) ነው።
- ከአፈ-ቅምብቡ ማዕከል በመነሳት በቅምብቡ ጫፍ የሚያልፍ ቀጤ መሥመር <u>አውታር</u> ይባላል።
- አውታሩ ከአፈ-ቅምብቡ ጋር ምስቅ (perpendicular) ሲሆን ቅምብቡ <u>ቀና-ቅምብብ</u> ይባላል። ካልሆነ ደግሞ <u>ጋዳላ-ቅምብብ</u> ይባላል።

- ክፍላተ-ቅምብብ ፤ አንድን ቅምብብ በተለያየ አቅጣጫ በቆራጭ ጠለል በመቁረጥ ፤ ቆራጭ ጠለሉ እና የቅምብቡ ገጽ መገናኛ የሚሰሩት ጠለል ሥዕል ነው።
- ፩) አንድ ቅምብብ በጫፍ እና አፈ-ቅምብቡ በሚያልፍ ጠለል ቢከፈል በቆራጭ ወለሉ እና በቅምብቡ ገጽ መገናኛ የሚተለመው ሥዕል ጎነ-፫ ነው።
- ፪) ከቅምብቡ ጫፍ በቀር ለአፈ-ቅምብቡ ትይዩ በሆነ አቅጣጫ በሚሆን ቆራጭ ጠለል እና በቅምብቡ ገጽ መገናኛ የሚተለመው ሥዕል ክብ ነው። ቅምብቡ ጋዳላ ከሆነ ፤ ለአፈ-ቅምብቡ ትይዩ ከሆነው ጠለል በተጨማሪ ቅምብቡን በመቁረጥ ክብ ትልሞችን የሚሰጥ ሌላ የቆራጭ ጠለል አቅጣጫም አለ።
- ፫) አንድ ቀና ቅምብብ ሥላች በሆነ ጠለል ወገቡ ላይ ቢቆረጥ ፤ በቅምብቡ እና በጠለሉ መገናኛ የሚተለመው ሥዕል ክበብ ነው።
- ፬) አንድ ቀና ቅምብብ ፤ ለቅምብቡ ተዳፋት ትይዩ በሆነ ጠለል ቢቆረጥ ፤ በቅምብቡ እና በጠለሉ መገናኛ የሚተለመው ሥዕል ፓራቦላ ነው።
- ፭) አንድ ቀና ቅምብብ ፤ ቋሚ በሆነ ጠለል ቢቆረጥ በቅምብቡ እና በጠለሉ መገናኛ የሚተለመው ሥዕል ሃይፐርቦላ ነው።

የከፍላተ ቅምብብን ሒሳባዊ ባሕርይ ካጠኑ ቀደምት የሥነ-ሥፍራ ሊቃውንት ዋናዋናዎቹ አርቺሜደስ ፣ ፓፐስ ፣ ዩቶሲየስ ፣ መናዔችሙስ ፣ እና የፐርጋው አፖሎኒዎስ ነበሩ። የነዚህ የግሪክ ሊቃውንት ምርምር ለአውሮፓውያን ደርሶ ፣ ለጋሊሊዮ ፣ ለኒውተን የምርምር ሥራዎች ታላቅ ግባት ሆነዋል። በዚህ መጽሐፍ ውስጥ በሚቀጥሉት ንዑስ ምዕራፎች የምንመለከተው በዋነኝነት ከአፖሎኒዎስ መጽሐፍ የእንግሊዝኛ ትርጉም ነው።

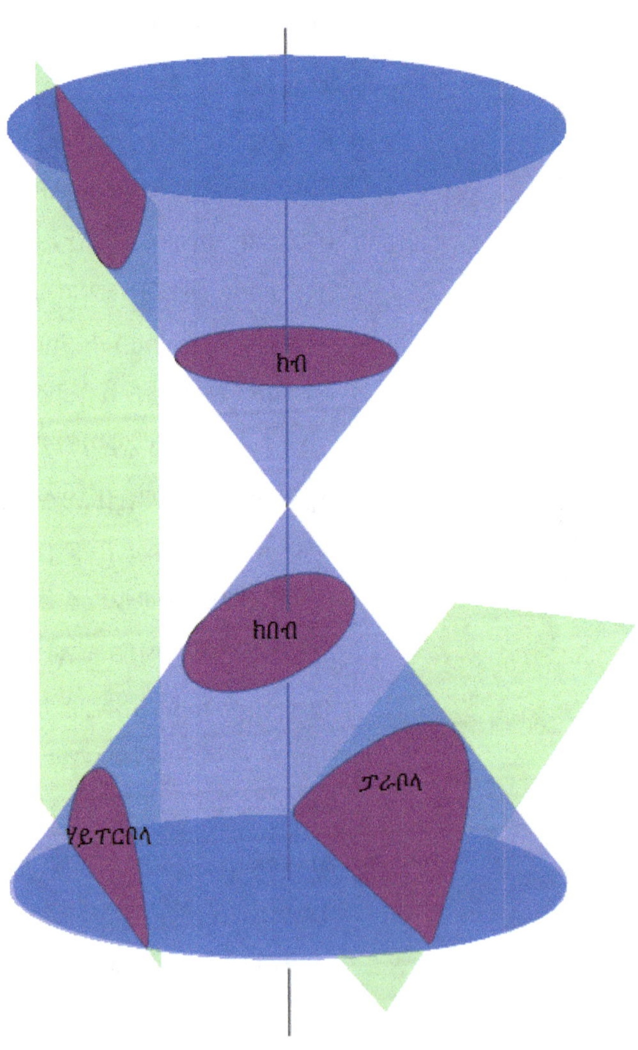

ክብ

ከከፍላተ ቅምብብ አንዱ ሲሆን አይለወጤ የማዕከል ዳርቻ ርቀት (ማዳር) ያለው ዙሪያ ገጠም ሥዕል ነው። በካርተሳዊ የቅንብር ሥርዓት ፣ የቅንብር ሥርዓቱ የx-አውታር እና የy-አውታር ማዕከሉ ላይ ቢያርፉ ፣ መነሻቸውም የክቡ ማዕከል ቢሆን ፣ r የክቡ ማዳር (የማዕከል ዳርቻ ርቀት) ቢሆን ፣ ከፓይታጎራስ አዋጅ በመነሳት የክቡ የx እና የy ቅንብሮች በክቡ ዙሪያ ላይ የሚከተለው ዝምድና አላቸው

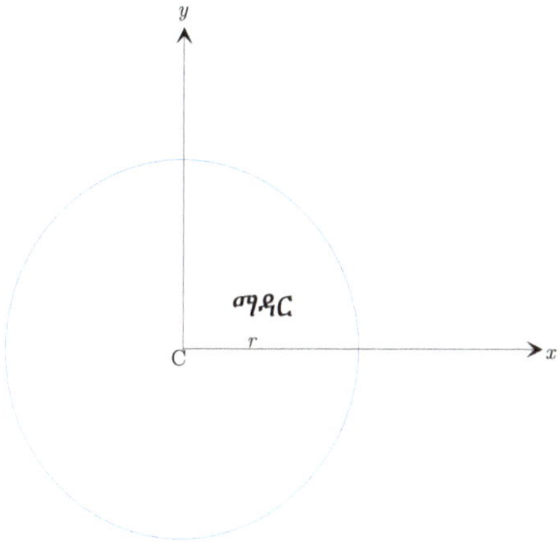

- $x^2 + y^2 = r^2$

መጠነ-ዙሪያው $2\pi r$ ሲሆን መጠነ-ስፋቱ ደግሞ πr^2 ነው። π ከኢመደበኛ ቁጥሮች ወገን ናት። ከቀደምት የሥነ-ሥፍራ ሊቆች አርቺሚደስ ፣ የπ ን ዕሴት ለመፈለግ ፺፮ እኩል ጎኖች ያሉት በክቡ የሚታቀፍ ሥዕል እና ይህንኑ ያህል የጎኖች ቁጥር ያሉት ክቡን የሚያቅፍ ሥዕል በመውሰድ የክቡ መጠነ-ሥፋት በሁለቱ ምስሎች መጠነ-ሥፋት መካከል የሆነ ዕሴት መሆኑን በማተት ነበር። በዚሁ ሥራው አርቺሜደስ የπ ዕሴት በ223/71 እና በ22/7 መካከል መሆኑን አረጋግጧል። 22/7 ዕሴት አሁንም ድረስ ለπ ተቀራራቢ

በመሆን ጥቅም ላይ የሚውል ዕሴት ነው[46] (አርቺሜደስ (287-212ቅልክ), 2005)። ክብ ብዙ የሥነ-ሥፍራ ባሕርያት አሉት። አስከትለን በመሠረታዊ የሥነ-ሥፍራ ትምህርት የሚሸፈኑ ጥቂት ጠቃሚ አዋጆችን እንዳስሳለን።

<u>**አዋጅ:-**</u> በማናቸውም የክቡ ዙሪያ በሚገኝ ነጥብ ላይ የሚሠራ አንጓ (ማጠፊያ) የሚኖረው ዘዌ እኩል ክፍለ ዙር የሚከድነውን ማዕከላዊ ዘዌ ግማሽ ነው።

- $\measuredangle ACB = \frac{1}{2}\measuredangle AOB$

<u>ማረጋገጫ</u>

[46] የክቡ መጠነ-ሥፋት በክቡ በሚታቀፈው ባለ ጎነ-፺፮ እና ክቡን በሚያቅፈው ጎነ-፺፮ መጠነ-ሥፋት መካከል ነው። የክቡ ማዳር r ቢሆን የአቃፊው ጎነ-፺፮ መጠነ-ሥፋት $48\sin\left(\frac{2\pi}{96}\right)r^2$ ያህል ነው ፤ የታቃፊው ጎነ-፺፮ መጠነ-ሥፋት ደግሞ $48[\sin\left(\frac{\pi}{48}\right)/\sin\left(\frac{\pi}{96}\right)]r^2$ ነው። ሥለዚህ የክቡ መጠነ-ሥፋት A ቢሆን የሚከተለው እውን ነው። $48\sin\left(\frac{2\pi}{96}\right)r^2 < A < 48[\sin\left(\frac{\pi}{48}\right)/\sin\left(\frac{\pi}{96}\right)]r^2$። የዘፈቀደ ማብዣ π ብንወስድ ፣ የክቡ መጠነ-ሥፋት $A = \pi r^2$ ቢሆን ፣ ማብዣዋ (π) ከ$48[\sin\left(\frac{\pi}{48}\right)/\sin\left(\frac{\pi}{96}\right)]r^2$ አትበልጥም ፣ ከ$48\sin\left(\frac{2\pi}{96}\right)r^2$ ደግሞ አታንስም። ይኸን ሀሳብ ለባለብዙ ጎን-n ክብ አቃፊ እና ክብ ታቃፊ መጠቀም እንችላለን። እንበልና ጎነ-n የሆኑ ክብ አቃፊ እና ክብ ታቃፊ ቢኖሩን ፣ የπ ዋጋ በ$\frac{1}{2}n\sin(\frac{2\pi}{n})$ እና በ$\frac{1}{2}n\sin(\frac{2\pi}{n})/\sin(\frac{(n-2)\pi}{2n})$ መካከል ነው። የn ቁጥር እጅግ እየበዛ ሲመጣ የπን ዋጋ ከላይ እና ከታች እየቀረብነው እንሄዳለን። ባጠቃላይ $\frac{1}{2}\lim_{n\to\infty} n\sin(\frac{2\pi}{n})$ ፣ πን ከታች እጅግ ይቀርበዋል።

ቀጤ መሥመር OC ከክቡ ማዕከል O ተነስቶ ወደ C ይተለም። A እና B በቀጤ መሥመር AB ይገናኙ።

$$\measuredangle OAC = \measuredangle OCA \; (AO = CO = r)$$

$$\measuredangle OCB = \measuredangle OBC \; (CO = BO = r)$$

$$\measuredangle OAB = \measuredangle OBA \; (AO = BO = r)$$

$$\measuredangle OAB + \measuredangle OBA + \measuredangle AOB = \measuredangle OAB + \measuredangle OBA + 2\measuredangle ACO + 2\measuredangle OCB$$

$$\measuredangle ACB = \measuredangle ACO + \measuredangle OCB = \frac{1}{2}\measuredangle AOB$$

<u>ንዑስ አዋጆች (ተከታዮች)</u>

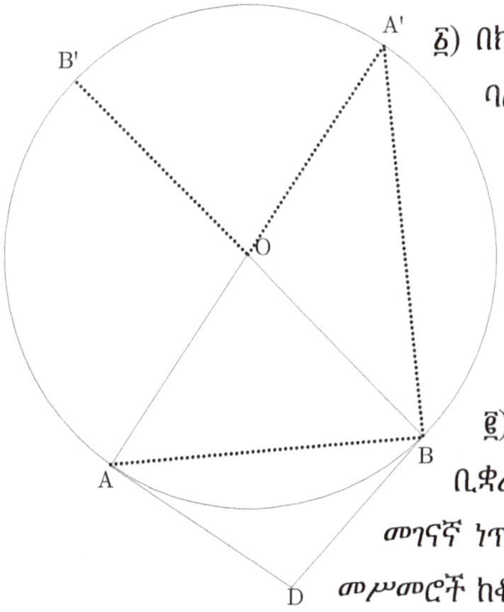

፩) በክቡ ግማሽ የሚታቀፉ በክቡ ዙሪያ ባሉ ነጥቦች ላይ የሚሠሩ ዘዌዎች መጠን ፺ መዓርጋት ነው። ለምሳሌ AOA' ቀጤ መሥመር ቢሆን (የክቡ ንፍቅ ቢሆን) $\measuredangle ABA' = 90^0$ ይሆናል።

፪) የክብ ክፍለ ዙር በቀጤ መሥመር ቢቋረጥ ፣ በሁለቱ የቆራጩ እና የክቡ መገናኛ ነጥቦች ላይ ክቡን ታካኪ የሆኑ ቀጤ መሥመሮች ከቆራጩ መሥመር ጋር የሚሠሯቸው

ዘዌዎች እኩል ናቸው ፣ በመጠንም ክፍለዙሩን የሚያቅፈውን ማዕከላዊ ዘዌ ግማሽ ናቸው። ለምሳሌ

$$∡DAB = ∡DBA = \frac{1}{2}∡AOB ፣ OB \perp BD$$

፫) የትኛውም ለክቡ ታካኪ የሆነ ቀጤ መሥመር ለክቡ ማዳር ምስቅ (⊥) ነው። ለምሳሌ

$$OA \perp AD ፣ OB \perp BD$$

፪) ዐውዳዊ ጎነ-፬ እና የበጦለሚ አዋጅ (በጦለሚ, 1984)

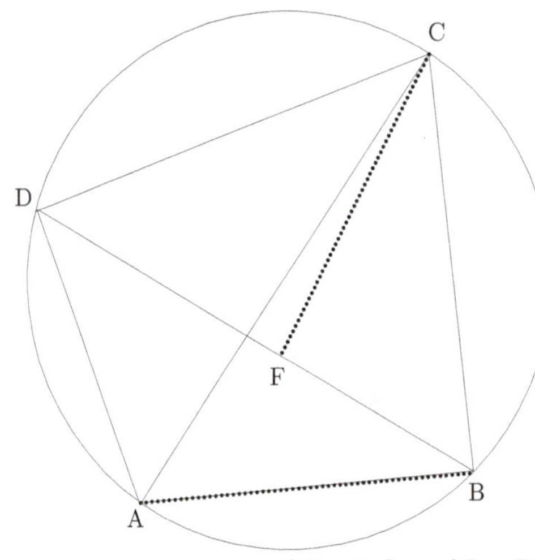

ብይን: ዐውዳዊ ጎነ-፬ በክብ የሚታቀፍ (አራቱም መታጠፊያዎቹ በክቡ ዙሪያ ላይ የሚያርፉ) ጎነ-፬ ነው።

አዋጅ:- የዐውዳዊ ጎነ-፬ የተቃራኒ ጎኖች ብዜት ድምር ከጎነ-፬ቱ ሰያፎች ብዜት ጋር እኩል ነው።

$$AB \cdot DC + AD \cdot BC = AC \cdot BD$$

፭) በእኩል ክፍለዙር <u>የሚቀነሱ</u> (subtended) የክብ ዙሪያ ዘዌዎች እኩል ናቸው። ስለዚህም $∡DAC = ∡DBC$ ፣ $∡BDC = ∡CAB$ ፣ $∡ADB = ∡ACB$ ፣ $∡DCA = ∡DBA$

፪) ከመታጠፊያ C ተነስቶ ወደ DB በሰዓት ተቃርኖ አቅጣጫ ከBC የ$\measuredangle DCA$ን ያህል ዘዌ ያለው ቀጤ መሥመር CF ይተለም። ስለዚህ

$$\measuredangle BCF = \measuredangle ACD \text{ እንደዚሁም } \measuredangle FCD$$
$$= \measuredangle BCA \text{ ፣ } \measuredangle FDC$$
$$= \measuredangle BAC$$

$$\therefore \triangle FCD \sim \triangle BCA$$

$$\therefore \frac{FB}{DA} = \frac{BC}{AC} \Rightarrow AC \cdot FB = DA \cdot BC$$

ስለዚህ

$$AC \cdot (FB + FD) = AC \cdot BD$$
$$= BA \cdot BC + BA \cdot CD$$

እነሆ ተረጋገጠ።

<u>ተከታዮች</u>

፩) ዐውዳዊ ጎነ-፬ቱ ቀጎ-፬ ከሆነ ፣ የፓይታጎረስ አዋጅ ይገኛል።

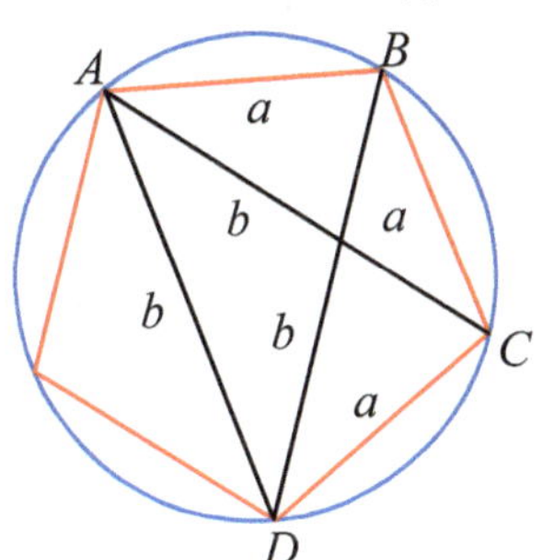

፪) በክብ ውስጥ የታቀፈ ወጥ ጎነ-፭ አስብ። በርዝመት a እና በርዝመት b መካከል ያለውን ዝምድና ብትፈልግ የበጦለሚን አዋጅ በመጠቀም የሚከተለውን ታገኛለህ።

$$b^2 = a^2 + ab$$

$$\frac{a}{b} = \varphi = \frac{1 + \sqrt{5}}{2}$$

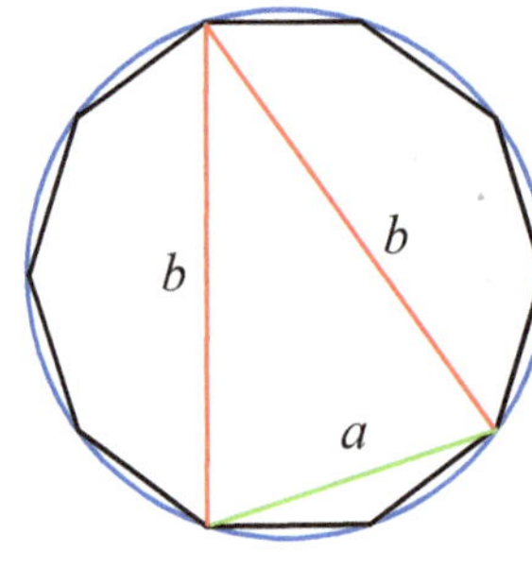

የa እና b ወዷር φ «ወደር የለሽ አካፋይ» ይባላል።

፪) እንደዚሁም በክብ ውስጥ የታቀፈ ወጥ ጎነ-፲ አስብ። በርዝመት a እና በርዝመት b መካከል ያለውን ዝምድና ብትፈልግ የበጦለሚን አዋጅ በመጠቀም የሚከተለውን ታገኛለህ።

$$\frac{a}{b} = -\frac{1 - \sqrt{5}}{2} = \frac{1}{\varphi}$$

ክበብ

ክበብ (ሞላል ክብ) ከክፍለ ቅምብባት አንዱ ሲሆን እንደ ክብ ዙሪያ ገጠም ሥዕል ነው። የማዕከል ዳርቻ ርቀቱ ያዊት (ዕቅብ constant) አይደለም። ክበብ አንዱ ለአንዱም ምስቅ የሆኑ ዐብይ እና ንዑስ አውታሮች አሉት። በዐብይ አውታሩ ላይ ሁለት የትኩረት ነጥቦች S_1 እና S_2 አሉ።

- ከሁለቱ የክበቡ ትኩረት ነጥቦች ወደ ክበቡ ዳርቻ የሚተለሙ ቀጥታ መሥመሮች የርዝመት ድምር ቋሚ (ያዊት) ነው። ያም የዐብይ አውታሩን ርዝመት ያህል ነው።

ስለዚህ ክበብን ለመትለም አንዱ መንገድ ፣

- የዐብይ አውታሩን ርዝመት ያህል ክር በመውሰድና በሁለቱ የትኩረት ነጥቦች መካከል ያለውን ርቀት በመወሰን የክሩን ጫፎች በተባሉት የትኩረት ነጥቦች ላይ ማጣበቅ ፣ የመንደፊያውን ብርዕ በክሩ መካከል በማስገባት እና በመወጠር እንደ ሰዓት ወይም ከሰዓት በተቃርኖ የተነሳንበት ቦታ ዞረን እስከምንደርስ ድረስ መትለም ነው።

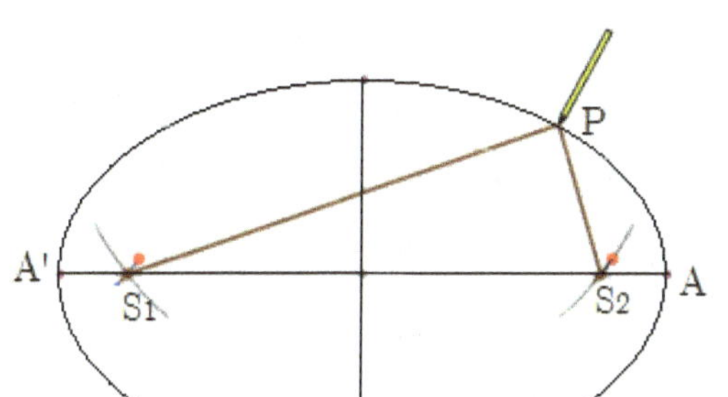

በሁለቱ የትኩረት ነጥቦች መካከል ያለው ርቀት በቀነሰ ቁጥር ክበቡ ወደ ክብነት እየተጠጋ ይመጣል። በመጨረሻም ሁለቱ የትኩረት ነጥቦች እና የክበቡ ማዕከል አንድ ነጥብ ላይ ሲያርፉ ክብ ይሆናል። ስለዚህ ክብ በክበብ ማዕቀፍ ውስጥ የሆነ ሥዕል ነው። ክበብ ብዙ የሥነ-ሥፍራ ባሕርያት እና ዝምድናዎች አሉት። ጥቂቶቹን እንመለከታቸዋለን።

ብይኖች

- <u>የትኩረት ነጥብ:</u> ከላይ ያለውን ገላጻ ተመልከት። ክበቡን ለመግለጽ የሚውሉ በክበቡ ውስጥ ያሉ ሁለት ነጥቦች ናቸው። ክበብም እንደዚህ ይገለጣል። ሁለት የትኩረት ነጥቦች ቢሰጡ ፣ ክበቡ ለሁለቱ ነጥቦች ያላቸው የርቀት ድምር እኩል የሆነ ነጥቦች አጥር ነው።

- ማዕከል: ሁለቱን የትኩረት ነጥቦች በሚያገናኝ ቀጥ መሥመር ማህል ላይ የሚገኝ ነጥብ ነው።
- ዐብይ አውታር: የከበብ ዐብይ ንፍቅ ፣ የከበቡ ትልቁ ንፍቅ ፤ በከበቡ ላይ የሚገኙ ሁለት ነጥቦች መራራቅ የሚችሉት ረዥሙ ርቅት ነው።
- ንዑስ አውታር: ለዐብይ አውታሩ ምስቅ የሆነ በከቡ ማዕከል የሚያልፍ አውታር ነው።
- ተጣማጅ ንፍቅ: ሁለት ንፍቆች ተጣማጅ የሚባሉት ፣ አንደኛው ንፍቅ ጫፍ ላይ የሚተለም ታካኪ ቀጥ መሥመር ለሌላኛው ንፍቅ ትይዩ ሲሆን ነው።
- ታካኪ: ከበቡን አንድ እና አንድ ነጥብ ላይ ብቻ የሚነካ መሥመር ነው።
- ድር: በዘፈቀደ አንድ የከበብ ንፍቅ ብንወስድ ፣ ከከበቡ ዳርቻ በመነሳት ለንፍቁ ተጣማጅ ትይዩ በሆነ አቅጣጫ የከበቡ ንፍቅ የሚሠመሩ መሥመሮች ድር ይባላሉ።
- ማግ: በንፍቁ ላይ ከከበቡ ዳርቻ ድሩ እስካረፈበት ያለው መሥመር ፣ ማግ ይባላል።
- ቀ-ጎን: ለከበቡ ዐብይ አውታር ምስቅ ሆኖ በትኩረት ነጥቡ በማለፍ የከበቡን ዳርቻዎች የሚነካ ቀጥ መሥመር ነው። ላቱስ ሬክቱም (ላተስ ሬክተም) ከሁለት የላቲን ቃላት የተዋቀረ ነው። ላቱስ (ላተስ) "ጎን" ማለት ሲሆን ሬክቱም (ሬክተም) ደግሞ "ቀጥታ" ማለት ነው። ከዚህ

በመነሳትም ቀ-ጎን የሚለውን ቃል በተቀራራቢነት ተጠቅሜያለሁ።

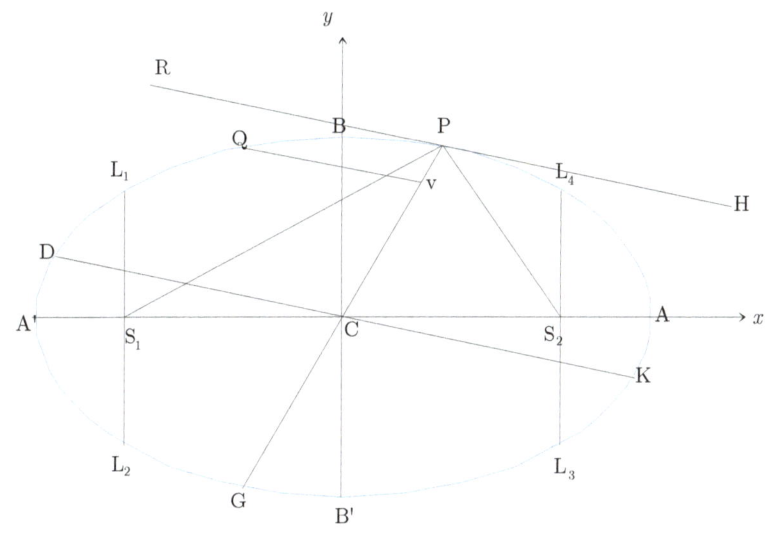

C	= ማዕከል
$DK\ (PG)$	= የPG (DK) ተጣማጅ ንፍቅ
S1 ፣ S2	= ትኩረት
$AA'\ (BB')$	= ዐቢይ (ንዑስ) ንፍቅ (አውታር)
$AC\ (BC)$	= ግማሽ ዐቢይ (ንዑስ) ንፍቅ (አውታር)
PRH	= ታካኪ
Qv	= ድር
Pv	= ማግ
L_1L_2 ፣ $L_3\ L_4$	= ቀ-ጎን

በካርቴሳዊ የቅንብር ሥርዓት ፣ የቅንብር ሥርዓቱ መነሻ በክበቡ ማዕከል C ላይ ቢሆን ፣ የ x -አውታሩ በክበቡ ዐብይ አውታር ላይ ቢሆን በሚከተለው ቀመር ይገለጻል።

- $\frac{x^2}{AC^2} + \frac{y^2}{BC^2} = 1$

ይኽ አጻጻፍ በዘመናችን የተለመደ አጻጻፍ ሲሆን በቀደምት የሒሳብ ሊቆች ፣ አፖሎኒዎስ እና ሌሎቹም የተረጋገጡ የክበብ ሕገ ባሕርያት ተሸፋፍነው እንዲቀሩ አድርጓል። ከነዚህ ጸባያት ጥቂቶቹን እንመለከታለን።

<u>ትኩረት-ማዕከል ርቀት:</u> ከትኩረት ነጥቡ እስከ ማዕከሉ ድረስ ያለው ርቀት በዐብዩ እና በንዑሱ አውታር ርዝመት መጠን የሚወሰን ነው። እንደሚከተለው ይገኛል።

- $BS_1 + BS_2 = 2AC$
- $BS_1 = BS_2 = AC$
- $CS_1 = CS_2 = \sqrt{AC^2 - BC^2}$

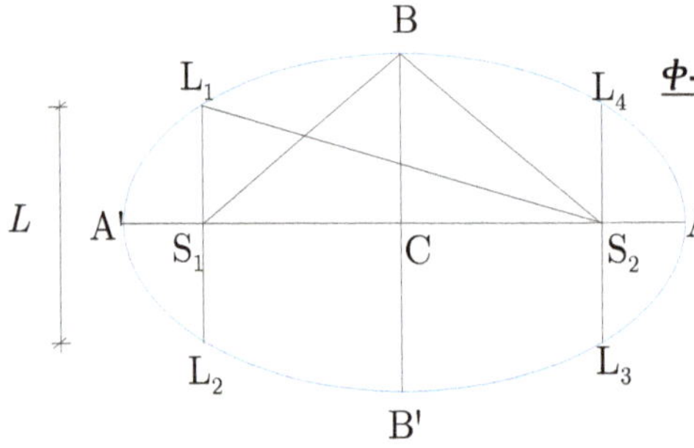

<u>ቀ-ጎን</u> (ላቱስ ሬክተም): ቀ-ጎን ከንዑሱ አውታር እና ዐቢዩ አውታር ርዝመቶች እንደሚከተለው ይዛመዳል።

- $\frac{1}{2}L + SP = 2AC \Rightarrow SP = 2AC - \frac{1}{2}L$
- $SP^2 = 4(CS_1)^2 + \frac{1}{4}L^2 = 4AC^2 - 4BC^2 + \frac{1}{4}L^2$
- $L = \frac{2BC^2}{AC}$

<u>መሃል-ወጥ</u> (eccentricity) የክበቡን ምን ያህል ከክብነት እንደሚለይ የሚያሳይ ነው። በብይን ከክቡ የትኩረት ነጥብ እስከ ማዕከሉ ያለው ርቀት ከትኩረት ነጥቡ እስከ ንውሱ አውታር ጫፍ ድረስ ያለው ርቀት ሲካፈል የምናገኘው ውጤት ነው።

- $\varepsilon = \frac{CS_1}{BS_1} = \frac{CS_2}{BS_2} = \sqrt{1 - \frac{BC}{AC^2}^2}$

ክብ ክብ የትኩረት ነጥቦቹ በማዕከሉ ላይ የሆኑ ክበብ በመሆኑ መሃል-ወጡ አልቦ ነው። የክበቡ የትኩረት ነጥቦች ከማዕከሉ የተየለሌ ርቀት ቢሳቡ ፣ ክበቡ መሥመር ይሆናል። መሃል-ወጡም አሃድ ይሆናል።

<u>**አዋጅ-ክበፅ**:-</u> ሁልጊዜም አንድን ክበብ ወደ ክብ ወይም አንድን ክብ ወደ ክበብ መለወጥ ይቻላል። ለምሳሌ ከላይ ያመለከትነው በ$x - y$ የቅንብር ሥርዓት የክበቡ ቀመር ነው። ይህንኑ በ$x' - y$ የቅንብር ሥርዓት እንደሚከተለው መጻፍ ይቻላል[47]።

$$x'^2 + y^2 = BC^2$$

[47]ባጠቃላይ አንድ ክበብ ወደሌላ ክበብ በአንድ ላንድ ሽግረት ግብር (affine transformation) ሊለወጥ ይችላል። *በአንድ-ላንድ ሽግረት* ግብር *(affine tranformation)* ነጥቦች ፣ ቀጥታ መሥመሮች ፣ እና ጠለሎች ይጠበቃሉ።
ማለትም ከልዋጤው መተግበር በኋላ እነዚህ ጸባያት አይለወጡም ፣ ጠለሉ ጠለል ፣ ቀጤ መሥመሩም ቀጤ መሥመር እንደሆኑ ይቀራሉ። የአንድ ላንድ ሽግረት ግብርን የሚያስችሉ የሐሳብ ቦታዎች አንድ-ላንድ ቦታ (affine space) ይባላሉ።

$$x' = \frac{BC}{AC}x$$

ይኸ በ$x' - y$ የቅንብር ሥርዓት የማዕከል ዳርቻ ርቀቱ BC ያህል የሆነ የክብ ቀመር ነው።

<u>**አዋጅ-ክበ፪**</u>:- GP የክበቡ ንፍቅ ይሁን። QQ' በP ላይ ላለው የክበቡ ታካኪ ትይዩ የሆነ GPን v ላይ የሚቆርጥ ክፍለ ዞር ቆራጭ ቀጤ መሥመር ይሁን። Q ላይ ያለው ታካኪ የ GP ን ቀጣይ T ላይ ያግኘው።

- $CP^2 = C\text{v} \cdot CT$

ነው። ምስሉ ክብ ቢሆን ይኸ አዋጅ በቀላሉ ይረጋገጣል። ነገር ግን አንድን ክበብ ወደ ክብ (ወይም በግልባጩ) በአንድ ላንድ ሽግረት መለወጥ ስለምንችል ፣ አንድ-ላንድ ሽግረት ደግሞ የሥፋት ወዲርን ስለሚጠብቅ (CP^2 እና $C\text{v} \cdot CT$ መጠነ-ሥፋት መሆናቸውን ልብ እንበል) ፣ በክብ ሥነ-ሥፍራ በቀላሉ ያረጋገጥነው ይኸ ጸባይ ለክበብም እንደዚሁ እንደሚሆን ርግጥ ነው።

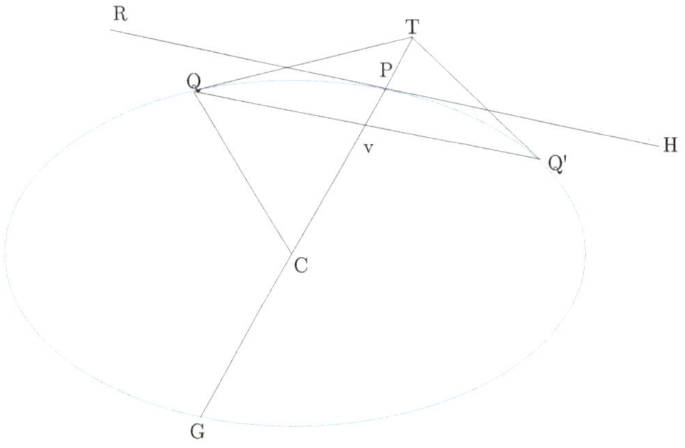

<u>አዋጅ-ከበፎ</u>: - PG እና DK ተጣማጅ የከበቡ ንፍቆች ይሁኑ። Qv የGP ድር ይሁን

- $\frac{Qv^2}{Pv \cdot vG} = \frac{CP^2}{CD^2}$

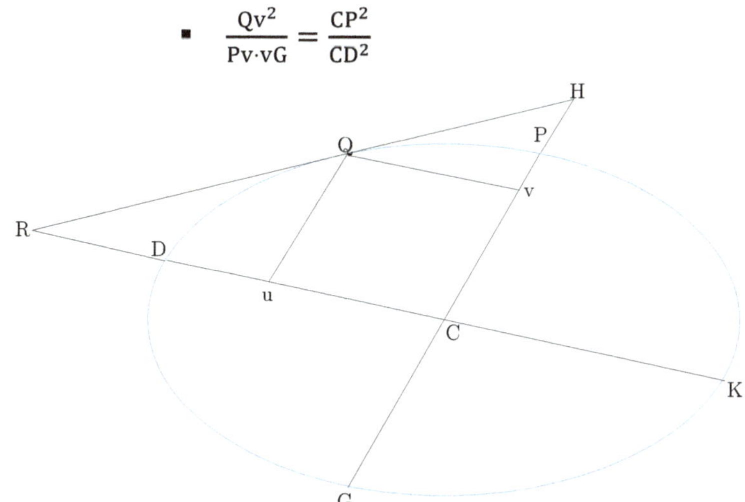

አሁንም የምናረጋግጠው የከበብ ጸባይ የሥፋት ወዲር በመሆኑ ፣ ይኸንንም ጸባይ በቀላሉ ከክብ ጸባይ ማረጋገጥ ይቻላል። በክብ ውስጥ CD እና CP እኩል እና ከክቡ ንፍቅ ጋር እኩል ስለሚሆኑ

- $Qv^2 = Pv \cdot vG$

የሚል ውጤት እናገኛለን። ይህን በአዋጅ-ከበ፪ ላይ ያገኘነውን ውጤት በመቀበል በቀጥታ እንደሚከተለው ማረጋገጥ ይቻላል (ይህንን አዋጅ ቀደምት የከፍለ ቅምብብ ሊቆች ያረጋገጡት ነው።)

- $\frac{CD^2}{CP^2} = \frac{Cu \cdot RC}{Cv \cdot CH}$

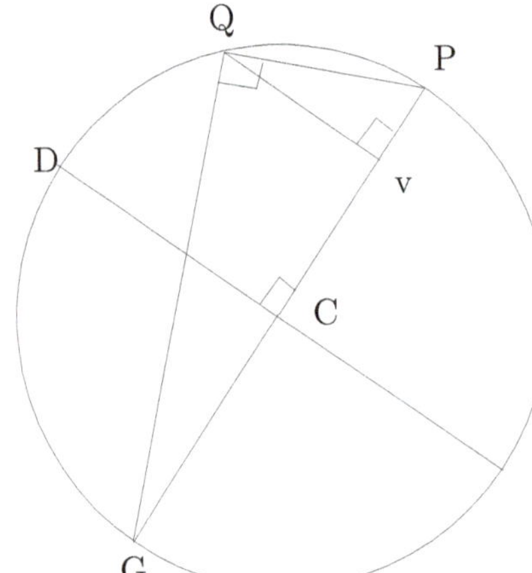

- $Qv = Cu$ ($QvCu$ ትይዩ ጎነ-፬ ነው።) ($CH = \frac{vH}{Qv}RC$)
- $\frac{CD^2}{CP^2} = \frac{Qv^2}{Cv \cdot vH}$
    - $Cv \cdot vH = Cv \cdot (CH - Cv) = CP^2 - Cv^2 = (CP - Cv)(CP + Cv) = Pv \cdot vG$
- $\frac{CD^2}{CP^2} = \frac{Qv^2}{Pv \cdot vG}$

<u>**አዋጅ-ከበ፬: -**</u> በአንድ ከበብ ውስጥ የየትኞቹም የተጣማጅ ግማሽ ንፍቆች ካሬ ድምር ከዐብይ ንፍቁ ካሬ እና ከንዑስ ንፍቁ ካሬ ድምር ጋር እኩል ነው።።

- $AC^2 = Cu \cdot CR$
  $= Cv \cdot CH \Rightarrow \frac{CR}{CH} = \frac{Cv}{Cu}$
- $\Delta uDC \sim \Delta vPH \Rightarrow \frac{uD}{vP} = \frac{DC}{PH} = \frac{Cu}{Hv}$
- $\Delta uDR \sim \Delta vPC \Rightarrow \frac{uD}{vP} = \frac{DR}{PC} = \frac{uR}{Cv}$

- $\Delta RDC \sim \Delta CPH$
- $\Rightarrow \frac{\mathrm{RD}}{\mathrm{PC}} = \frac{\mathrm{DC}}{\mathrm{PH}} = \frac{\mathrm{RC}}{\mathrm{CH}} = \frac{\mathrm{Cv}}{\mathrm{Cu}} = \frac{\mathrm{uR}}{\mathrm{Cv}}$

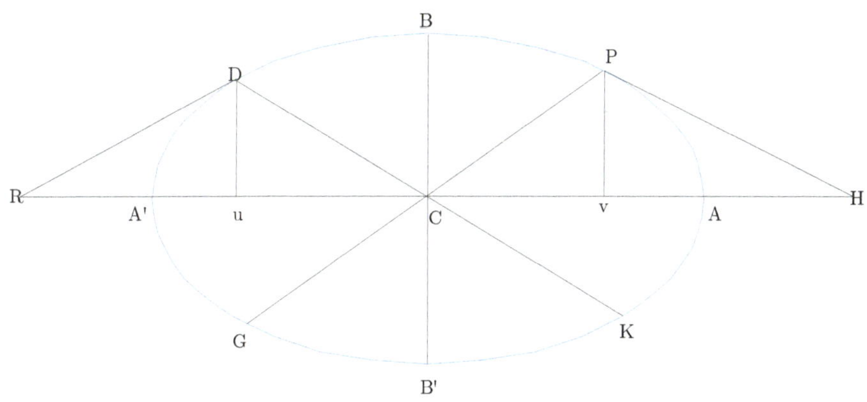

- $\mathrm{Cv}^2 = \mathrm{Cu} \cdot \mathrm{uR}$
- $\mathrm{AC}^2 = \mathrm{Cu.CR} = Cu \cdot (uR + Cu) = Cv^2 + Cu^2$

በተመሳሳይ መልኩም የሚከተለውን ማሳየት ይቻላል።

- $BC^2 = P\mathrm{v}^2 + D\mathrm{u}^2$

ሁለቱን ውጤቶች ስንደምራቸው

- $AC^2 + BC^2 = C\mathrm{v}^2 + C\mathrm{u}^2 + P\mathrm{v}^2 + D\mathrm{u}^2$
- $\quad\quad = CD^2 + PC^2$

<u>**አዋጅ-ከበ፰:**</u> - አንድ ክበብ በየትኞቹም ሁለት ተጣማጅ ንፍቆች ጫፎች ላይ የሚተለሙ የክበቡ ታካኪዎች ሲገናኙ የሚሠሯቸው የትኞቹም <u>ትይዩ ጎነ-፬</u>

(paralellogram(s)) መጠነ-ሥፋት ርስበርሳቸው እኩል ናቸው። (እንደዚህ የተሠሩ የትኞቹም ሁለት መጠነ-ስፋቶች ወዲር አሃድ ነው-ለምሳሌ $R'RHH'$ እና $IJJ'I'$።)

ይህን [የመጠነ-ሥፋት ወዲር በመሆኑ] በክብ ላይ ማረጋገጥ እንችላለን። በክብ ሥዕል ሁሉም **ትይዩ ኅነ-ፀዎች** እኩል ቀጤ **ኅነ-ፀዎች** (**ቀኅ-ፀዎች**) ፣ የኅናቸው መጠን የክቡን ንፍቅ መጠን ያህል በመሆኑ ፣ ሁሉም እኩል ናቸው። ስለዚህ ንጽጽራቸው አሃድ ነው። በከበብም እንደዚሁ ይሆናል። የዚህን አዋጅ ቀጥተኛ ማረጋገጫ ከአፖሎኒዎስ የከፍለ ቅምብብ መጽሐፍ ውስጥ ማግኘት ይቻላል።

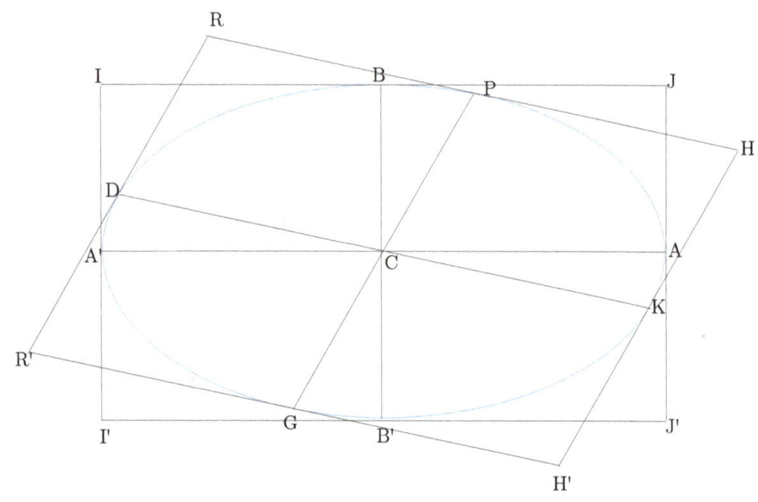

<u>አዋጅ-ከበ፰:</u> <u>-</u> የማንጸባረቅ ጸባይ

S_1 እና S_2 የከበቡ የትኩረት ነጥቦች ይሁኑ። ከS_1 የተላከ ማዕዘር (የብርሃን ጨረር) የውስጠኛውን የከበቡን ግድግዳ

P ላይ ቢነካ (P በክበቡ ዙሪያ ላይ ያለ የትኛውም ነጥብ ሊሆን ይችላል) ተንጸባርቆ በS_2 ላይ ያልፋል።

ነጥብ P በክበቡ ዙሪያ ላይ ይሁን። በዚሁ ነጥብ ላይ ታካኪ የሆነ ቀጤ መሥመር RPH ይተለም። የክበብ የማንጸባረቅ ሕገ ጸባይ ∡RPS_1 እና ∡HPS_2 እኩል ናቸው ይላል።

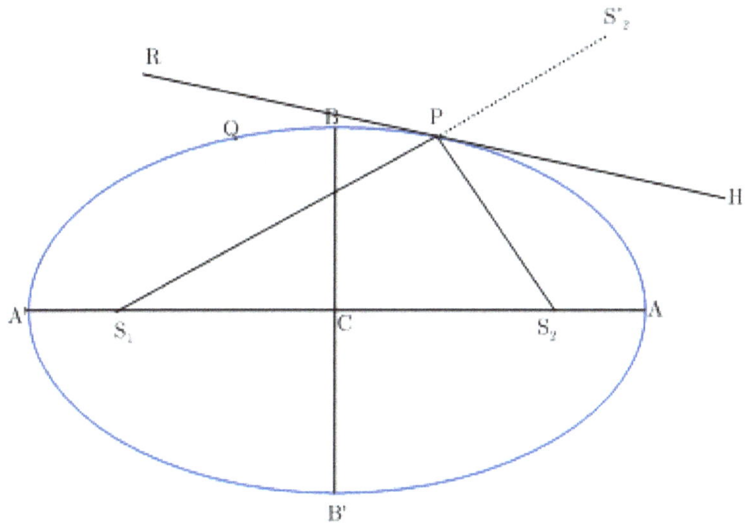

PR ክበቡን P ላይ የሚደገፍ ታካኪ ቀጤ መሥመር ይሁን። PR የክበቡ ታካኪ መሥመር በመሆኑ በዚሁ መሥመር ያለ ከP ውጭ የሆነ ነጥብ (እንበልና R) ከክበቡ ውጭ ይሆናል። ስለዚህ

$S_1R + S_2R > 2AC$ ይሆናል ማለት ነው። (R በዘፈቀደ የመረጥነው ከ P ውጭ የሆነ በታካኪ ላይ ያለ የትኛውም ነጥብ ቢሆን) ።

S_2^* የS_2 ቀጤ መስታይተ ሥዕል (በPR መስታይት ውስጥ ሲታይ) ይሁን። ጠለል መስታይት የቦታ ልኬትን ስለሚጠብቅ

$$S_2P = S_2^*P$$

ይሆናል። እንደዚሁም

$$S_2R = S_2^*R$$

ይሆናል። ቀጤ መስታይት ዘዌን ስለሚጠብቅ

$$\measuredangle HPS_2 = \measuredangle HPS_2^*$$

ይሆናል። ተከትሎም የሚከተለው ብልልጥ እውን ነው።

$$[S_1P + S_2^*P = S_1P + S_2P = 2AC] < [S_1R + S_2^*R = S_1R + S_2^*R]$$

ስለዚህ P በ$S_1S_2^*$ ቀጤ መሥመር ላይ ያረፈ መሆን አለበት። በመሆኑም

$$\measuredangle RPS_1 = \measuredangle S_2^*PH$$

በተማዝዋ ሕግ (transitivity)

$$\measuredangle RPS_1 = \measuredangle HPS_2$$

ይሆናል። ከአንደኛው የክበቡ የትኩረት ነጥብ ወደ ክበቡ ጣሪያ የብርሃን ጨረር (ማዕዘር) ብንልክ ፣ ከጣሪያው የየትኛውም ነጥብ ላይ የሚንጸባረቀው ጨረር በሁለተኛው

የትኩረት ነጥብ ላይ ያልፋል። በሁለተኛው ያለፈው ጨረር ከጨረራው ካልተቋረጠ ወደ ክበቡ ጣሪያ ቢደርስ መልሶ ወደ 'ተነሳበት የትኩረት ነጥብ ይጨራል።

ሃይፐርቦላ (ሞፀፍ)

ሃይፐርቦላ ፣ ገበታ፣ ገች ፣ ሙቀ(ገ)ጫ የሚመስል ሲሆን ከክፍላተ ቅንብብ አንዱ ነው። ቃሉ ከሁለት የግሪክ ቃሎች ከ*ሃይፐር* እና ከ *ቦለ* የተገኘ ነው። ሃይፐር ማለት የተጋነነ ፣ የተለጠጠ ፣ ያለፈ ፣ የተሻገረ ማለት ሲሆን ቦለ ደግሞ መወርወር ፣ ማስወንጨፍ ማለት ነው። በዚሁ አካሄድ ሞፀፍ ብንለው (በግእዝ ወንጭፍ ማለት ነው) የሚሄድ ይመስላል። በሥነ-ሥፍራ በአንድ ጠለል ላይ ያሉ ነጥቦችን የሚይዝ ትልም ሲሆን ፣ ከነጥቦቹ እስከ ሩቁ የትኩረት ነጥብ ካለው ርቀት ላይ (HP) ከነጥቦቹ እስከ ቅርቡ የትኩረት ነጥብ ያለው ርቀት (SP) ሲቀነስ የሚቀረው ያዊት ነው ($HP - SP = 2CA$)።

ሃይፐርቦላ ዙሪያ ገጠም ሥዕል አይደለም። ሁለት ቅርንጫፎች አሉት። ሁለቱም ቅርንጫፎች በተቃራኒ አቅጣጫዎች ገደብ የለሽ ናቸው። የሁለቱን ቅርንጫፎች መታጠፊያ ነጥቦችን የሚያገናኘውን መሥመር እኩል የሚከፍለው ነጥብ የሃይፐርቦላው ማዕከል ነው።

<u>የሃይፐርቦላው ንፍቅ</u> ከሃይፐርቦላው በመነሳት ወደ ተጣማጅ ቅርንጫፉ የሚተለም ቀጤ መሥመር ነው።

የአንድ ሃይፐርቦላ ንፍቅ <u>ተጣማጅ ንፍቅ</u> ፣ የኸው ንፍቅ ሃይፐርቦላውን የሚነካበት ነጥብ ላይ ለሃይፐርቦላው ታካኪ

ቀጤ መሥመር ቢተለም ፣ ለዚህ መሥመር ትይዩ የሆነ ከ y-አውታር የሃይፐርቦላ ጥንዶች ተነስቶ በሃይፐርቦላው ማዕከል የሚያልፍ ቀጤ መሥመር የመጀመሪያው ንፍቅ ተጣማጅ ንፍቅ ነው እንዲሁም በግልባጩ።

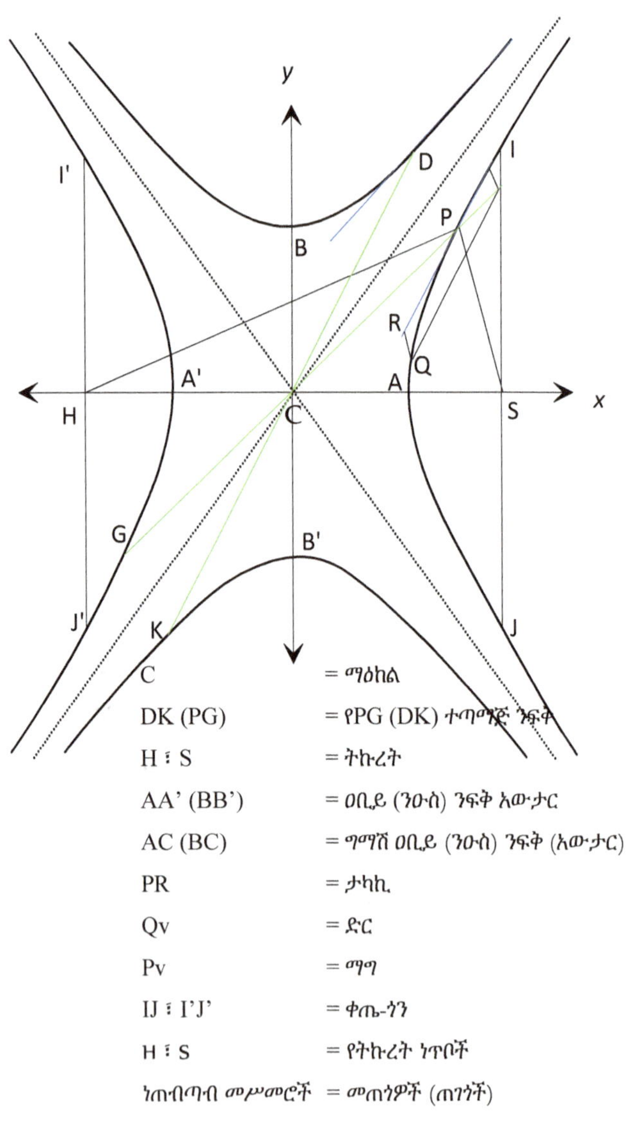

ሃይፐርቦላን ለመትለም:

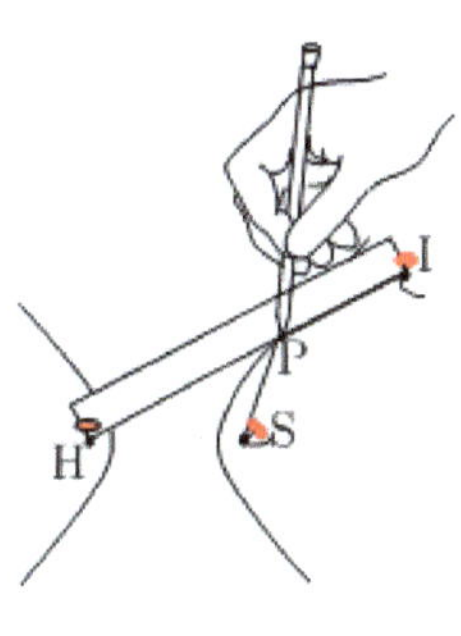

፩) ሃይፐርቦላን ለመትለም ስፒል ፣ ማስመሪያ ፣ ክር እና ርሳስ ብቻ በቂ ናቸው። ሥዕሉን ተመልከት። በልሙጥ ወረቀት ላይ ሁለት ስፒሎች ሰካ። እነዚህ ነጥቦች የሃይፐርቦላው የትኩረት ነጥቦች ይሁኑ። የማስመሪያውን አንዱን ማዕዘን በአንደኛው የትኩረት ነጥብ H ላይ ይሁን፣ ማስመሪያው በዚሁ ነጥብ ዙሪያ በነጻነት መሾር የሚችል ይሁን። ከማስመሪያው ያነሰ ርዝመት ያለው ክር ቁረጥ። ክሩን በማስመሪያው ሌላኛው ማዕዘን I ላይ እና በትኩረት ነጥብ S ላይ ባለው ስፒል ላይ እሰር። ክሩን በእርሳስ ወደ ማስመሪያው ገፍተህ ያዝ። ክሩ እንደተወጠረ በመያዝ እና ማዕዘኑ H ላይ እንደሆነ ማስመሪያውን እያሾርክ በእርሳሱ ትለም። የምታገኘው ቀናፍ የሃይፐርቦላ ክፍል ነው። የሃይፐርቦላው ሌሎች ክፍሎችም የማስመሪያውን አቀማመጥ በመቀያየር ንዲሁ ሊተለሙ ይችላሉ።

$$PH - PS = PH + BA - PS - PI$$

= የማስመሪያው ርዝመት- የክሩ ርዝመት = ያዊት።

፪ የሚከተለውን ዘዴም ተመልከት

፩) ጥንድ የትኩረት ነጥቦች ይኑሩህ። በፊደላት H እና P ሰይማቸው። በመካከላቸው ቁራጭ ቀጥታ መሥመር አስምር።

፪) ማዕከሉ H ላይ የሆነ $2VC$ ያህል ማዳር ያለው ክብ ሥዕል ትለም።

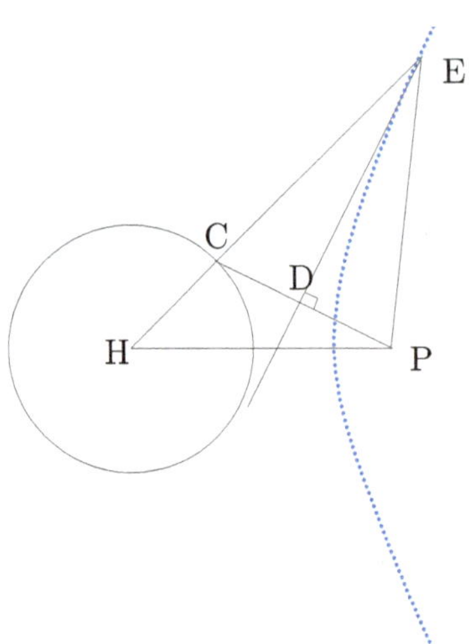

፫) በክቡ ላይ ያለን የትኛውንም ነጥብ C ተጠቅመህ ከማዕከል ነጥቡ (የትኩረት ነጥብ) ጋር በመሥመር አገናኛቸው። በመቀጠልም C እና P ን በቁራጭ መሥመር አገናኝ።

፬) ቁራጭ መሥመር CP አጋማሽ ላይ ያለን ነጥብ በፊደል D ሰይም።

፭) CP ን D ላይ የሚያቋርጥ ለ CP ምስቅ የሆነ መሥመር ትለም።

፮) ለ CP ምስቅ የሆነው መሥመር እና መሥመር HC አንድ ነጥብ ላይ ይገናኛሉ። የሚገናኙበትን ነጥብ በፊደል E ሰይም።

$$HE - CE = 2AC$$

፯) በመቀጠል E እና P ን በቁራጭ መሥመር አገናኝ። CE እና EP እኩል ናቸው። (አረጋግጥ)

$$HE - EP = 2AC$$

ይሆናል።

፰) ነጥብ Cን በክቡ ላይ በማሽከርከር ነጥብ E የሚተለመው ሥዕል ሃይፐርቦላ ነው።

እያንዳንዱ የሃይፐርቦላ ቅርንጫፍ የራሱ የትኩረት ነጥብ አለው። በካርቴሳዊ የቅንብር ሥርዓት ፣ የቅንብር ሥርዓቱ መነሻ በሃይፐርቦላው ማዕከል C ላይ ቢሆን ፣ የ x - አውታሩ በሃይፐርቦላው ዐብይ አውታር ላይ ቢሆን በሚከተለው ቀመር ይገለጻል።

$$\frac{x^2}{AC^2} - \frac{y^2}{BC^2} = \pm 1$$

<u>የጠገጎች[48] እኩልዮሽ</u>: የሃይፐርቦላው ጠገጎች የሃይፐርቦላው ቅርጫፎች የሚቀርቧቸው ሁለት ቀጤ መሥመሮች ናቸው። መስመሮቹ በሚከተለው እኩልዮሽ የገለጣሉ።

$$x = \pm \frac{AC^2}{BC^2} y$$

<u>ትኩረት-ማዕከል ርቀት</u>: ከትኩረት ነጥቡ እስከ ማዕከሉ ድረስ ያለው ርቀት እንደሚከተለው ይገኛል።

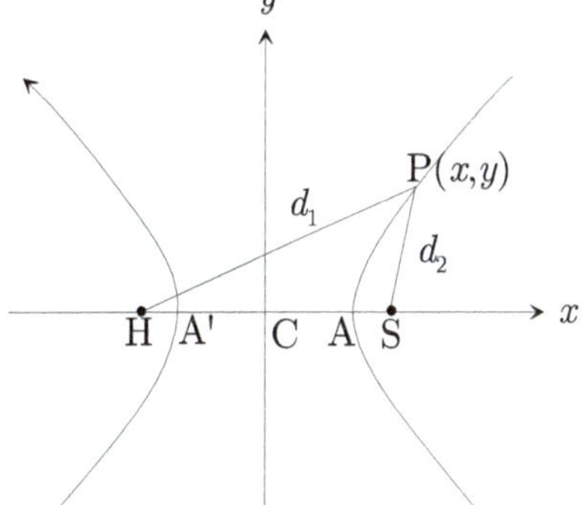

በሃይፐርቦላ ብይን

$$|d_1 - d_2| = 2CA$$

የፓይታጎራስን ጥዩቅ አዋጅ በመጠቀም

[48] Assymptotes

$$|\sqrt{(x+CH)^2+y^2} - \sqrt{(x-CH)^2+y^2}| = 2CA$$

የካሬ ስሌት በመተግበር ወደሚከተለው ውጤት ያደርሰናል

$(CH-CA)^2x^2 - CA^2y^2 = CA^2(CH^2 - CA^2)$ ።

የእኩልዮሹን ሁለቱንም ጎን በ$(CH-CA)^2CA^2$ማባዛት ይቻላል። ምክንያቱም $(CH-CA)^2CA^2$ ምንጊዜም ከአልቦ በላይ የሆነ ዕሴት አለው። ውጤቱም የሚከተለው ነው

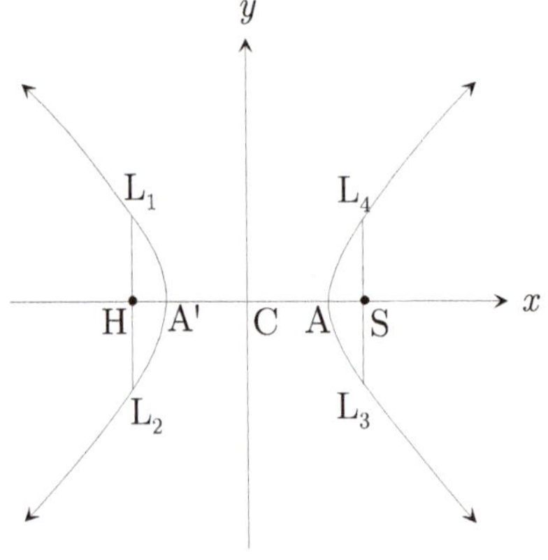

$$\frac{x^2}{CA^2} - \frac{y^2}{CH^2 - CA^2} = 1$$

ተከትሎም $CS = CH$ በመሆኑ

$$CS = \sqrt{BC^2 + AC^2}$$

<u>ቀ-ጎን</u> (ላቱስ ሬክተም):

ከሃይፐርቦላ እኩልዮሽ በመነሳት

$$\frac{CS^2}{AC^2} - \frac{1}{4}\frac{L^2}{BC^2} = 1$$

ተከትሎም

$$L = \frac{2BC^2}{AC}$$

<u>መሃል-ወጥ</u> (eccentricity)

ከሃይፐርቦላው ማዕከል እስከ ትኩረት ነጥቡ ያለው ርቀት (CS) ከሃይፐርቦላው ማዕከል እስከ ሃይፐርቦላው መታጠፊያ ድረስ ላለው ርቀት (CA) ንጽጽር ፣ የሃይፐርቦላው መሃል-ወጥ (e) ይባላል።

$$e = \frac{CS}{CA} = \sqrt{1 + \frac{BC^2}{AC^2}}$$

የሃይፐርቦላ መሃል-ወጥ ከአሃድ የበለጠ ነው።

አዋጅ-ሃ፩:- በአንድ ሃይፐርቦላ ላይ QV የየትኛውም የከርቡ ንፍቅ AA' ድር ቢሆን የሚከተለው እውን ነው።

$$QV^2 \propto AV \cdot A'V$$

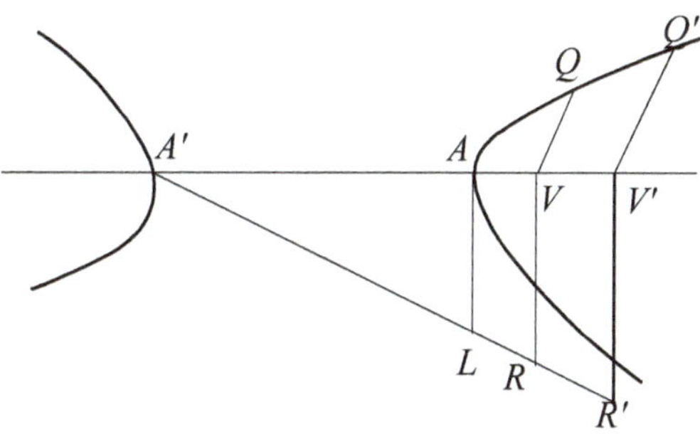

$$QV^2 = AV \cdot VR$$

$$QV'^2 = AV' \cdot V'R'$$

$$\frac{QV^2}{AV \cdot A'V} = \frac{AV \cdot VR}{AV \cdot A'V} = \frac{VR}{A'V} = \frac{AL}{A'A}$$

$\frac{AL}{A'A}$ አይለዋወጥም። ስለዚህም አዋጁ ጥዩቅ ነው።

አዋጅ-ሃ፪:- PP' የሃይፐርቦላው ንፍቅ ቢሆን QV ከQ የሚነሳ ለንፍቅ PP' ድር ቢሆን ፣ ነጥብ T

$$\frac{TP}{TP'} = \frac{PV}{VP'}$$

እንዲሆን ሆኖ ከሃይፐርቦላው ውጭ በንፍቅ PP' ላይ ቢቆመጥ ፣ መሥመር TQ ሃይፐርፖላው ታካኪ ነው።

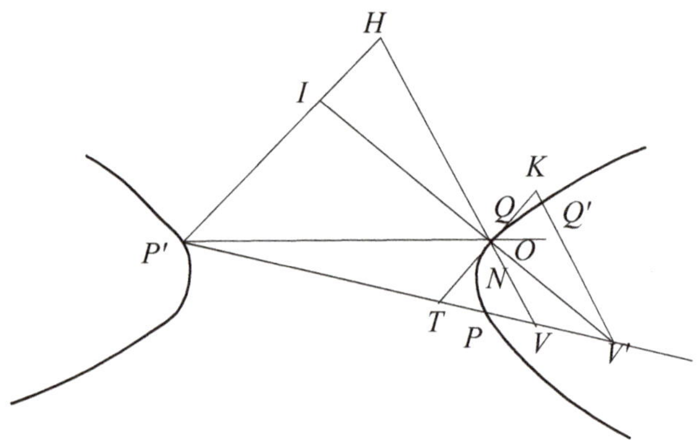

በይሁንታ

$$\frac{TP}{TP'} = \frac{PV}{VP'}$$

በተመሳሳይ ጎነ-፫ ($\Delta P'HV \sim \Delta PNV$ ፣ $\Delta P'MP \sim \Delta P'QT$ ፣ $\Delta PNV \sim \Delta MNQ \sim \Delta P'HV$)

$$\frac{PV}{VP'} = \frac{PN}{P'H}$$

$$\frac{P'Q}{QM} = \frac{P'T}{TP} = \frac{VP'}{PV} = \frac{P'H}{PN}$$

$$\frac{PV}{P'V}\frac{P'H}{PN} = 1 = \frac{MQ}{P'V}\frac{P'H}{MN}$$

$$\frac{P'H}{PN} = \frac{P'H}{MN}$$

ስለዚህ

$$PN = NM$$

በመሆኑም

$PN \cdot NM > PO \cdot OM$ (አንድ መሥመር ለሁለት ቢከፈል ፣ የክፋዮቹ ርዝመት ርስበርሳቸው ቢባዙ ብዜቱ ትልቅ የሚሆነው ክፋዮቹ እኩል ሲሆኑ ነው።)

$$\frac{NM}{OM} > \frac{OP}{PN}$$

$$\Delta P'IQ \sim \Delta MOQ$$

$$\frac{P'I}{MO} = \frac{P'Q}{MQ}$$

$$\Delta P'HQ \sim \Delta MNQ$$

$$\frac{P'H}{MN} = \frac{P'Q}{MQ}$$

በማጠናቀርም

$$\frac{P'I}{P'H}\frac{MN}{MO} = \frac{P'Q}{P'Q} = 1$$

$$\frac{P'I}{P'H} = \frac{MO}{MN}$$

በመሆኑም

$$\frac{P'H}{P'I} > \frac{OP}{PN} \Rightarrow P'H \cdot PN > P'I \cdot OP$$

ወደ 'ሚለው ያደርሳል

$$\frac{P'H \cdot PN}{TQ^2} > \frac{P'I \cdot OP}{TQ^2}$$

በተመሳሳይ ጎነ-፫ ($\Delta P'VH \sim \Delta TVQ$ ፣ $\Delta PVN \sim \Delta TVQ$ ፣ $\Delta P'V'I \sim \Delta TV'Q$ ፣ $\Delta PV'O \sim \Delta TV'Q$)

$$\frac{P'V \cdot PV}{TV^2} > \frac{P'V' \cdot PV'}{TV'^2}$$

$$\frac{P'V \cdot PV}{P'V' \cdot PV} > \frac{TV^2}{TV'^2}$$

$$\therefore \frac{QV^2}{Q'V'^2} > \frac{TV^2}{TV'^2}$$

$$> \frac{QV^2}{KV'^2}$$

$$Q'V'^2 < KV'^2$$

ስለዚህ ከይሁንታችን በተቃራኒ TQ ሃይፐርፖላውን ይታከከዋል እንጅ አይቆርጠውም። በግልባጩም ፣ ነጥብ Q ላይ ያለ የሃይፐርቦላው ታካኪ የሃይፐርቦላውን ንፍቅ ነጥብ T ላይ ቢያገኘው እና ደግሞ QV ከQ ነጥብ ላይ የሚነሳ ድር[49] ቢሆን ፣

$$\frac{TP}{TP'} = \frac{PV}{VP'}$$

አዋጅ-ሃ፫:- በሃይፐርቦላ ከርብ (ልክ እንደ ከበብ ሁሉ) ፣ QV የንፍቅ PP' ድር ቢሆን ፣ Q ላይ ለከርቡ ታካኪ የሆነ መሥመር PP'ን T ላይ ቢቆርጠው የሚከተሉት እውን ናቸው።

፩) $CV \cdot CT = CP^2$

፪) $\frac{QV^2}{CV \cdot VT} = \frac{L}{PP'} = \frac{CD^2}{CP^2}$

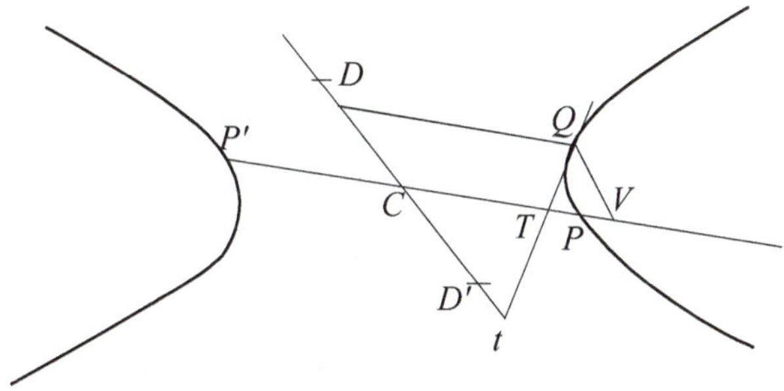

[49] ድር: ordinate

ማረጋገጫ

በአዋጅ-ሃ፪ መሠረት

$$\frac{TP}{TP'} = \frac{PV}{VP'}$$

$$\frac{TP + TP'}{TP - TP'} = \frac{PV + P'V}{PV - P'V}$$

$$\frac{2CP}{2CT} = \frac{2CV}{2CP} \Rightarrow CT \cdot CV = CP^2$$

እነሆ የመጀመሪያውን ዝምድና አረጋገጥን። ውጤቱ ላይ ተመርኩዘን ሁለተኛውን ዝምድና እናረጋግጥ።

$$\frac{CV - CP}{CV} = \frac{CP - CT}{CP}$$

$$\frac{PV}{CV} = \frac{PT}{CP}$$

$$\frac{PV}{PT} = \frac{PV}{CP}$$

$$\frac{PV}{PV + PT} = \frac{CV}{CV + CP}$$

$$\frac{PV}{VT} = \frac{CV}{P'V}$$

$$CV \cdot VT = PV \cdot P'V$$

$$\frac{QV^2}{PV \cdot P'V} = \frac{L}{PP'}$$

$$\frac{QV^2}{CV \cdot VT} = \frac{L}{PP'} = \frac{2CD^2}{2CP^2} = \frac{CD^2}{CP^2}$$

መሆኑ እነሆ ተረጋገጠ።

አዋጅ-ሃ፬:-

፩) P እና Q በሃይፐርቦላ ላይ ያሉ ሁለት ነጥቦች ይሁኑ። የP ታካኪ እና በQ ላይ የሚያልፈው የሃይፐርቦላው ንፍቅ መሥመር E ላይ ቢገናኙ ፣ እንደዚሁም የQ ታካኪና በP ላይ የሚያልፈው ንፍቅ መሥመር T ላይ ቢገናኙ እና ታካኪዎቹ O ላይ ቢገናኙ የሚከተለው እውን ነው።

$$\Delta OPT = \Delta OQE$$

፪) P በሃይፐርቦላ ላይ ያለ የትኛውም ነጥብ ቢሆን ፣ Q ደግሞ በተጣማጅ ሃይፐርቦላው ላይ ያለ የትኛውም ነጥብ ቢሆን T እና E ከላይ እንደተገለጸው ዐይነት ባሕርይ ቢኖራቸው የሚከተለው እውን ነው።

$$\Delta CPE = \Delta CQT$$

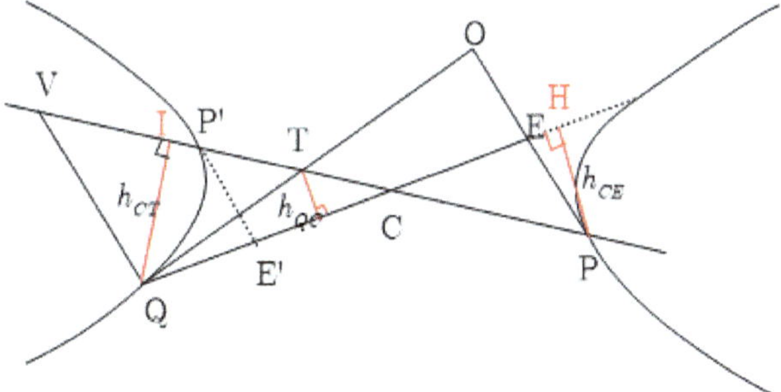

በአዋጅ-ሃ፫ መሠረት

$$CT \cdot CV = CP^2 \Rightarrow \frac{CV}{CT} = \frac{CP^2}{CT^2}$$

h_{CT} የጋራ ምስቅ በመሆኑ $\frac{CV}{CT} = \frac{\Delta CQV}{\Delta CQT}$ ነው።

$$\Delta CQT = CQ \cdot h_{CQ} = CT \cdot h_{CT} \Rightarrow \frac{h_{CQ}}{h_{CT}} = \frac{CT}{CQ}$$

$$\Delta CPE = CQ \cdot h_{CP} = CT \cdot h_{CE} \Rightarrow \frac{h_{CP}}{h_{CE}} = \frac{CE}{CP}$$

$$\frac{\Delta CPE}{\Delta CQT} = \frac{CQ}{CP}\frac{h_{CE}}{h_{CT}}$$

$$\Delta QCV \sim \Delta ECP$$

$$\Delta QCI \sim \Delta CPH \Rightarrow \frac{CQ}{CP} = \frac{h_{CT}}{h_{CQ}}$$

ስለዚህ

$$\Delta CPE = \Delta CQT$$

ተከትሎም

$$TOEC + \Delta CQT = \Delta OQE$$

$TOEC + \Delta CPE = \Delta OPT$

$\Delta OQE = \Delta OPT$

እንሆ ተረጋገጠ።

አዋጅ-ሃ፰:- በሃይፐርቦላ (እንዲሁም በክበብ እና በክብ) በP እና በQ ላይ ያሉ ታካኪዎች O ላይ ቢገናኙ ፣ P ላይ ያለው ታካኪ Qን ከማዕከል E ጋር የሚያገናኘውን መሥመር ቢያገኘው እንዲሁም

$$QL : TQ = 2OK : QE$$

ቢሆንና ለQC ምስቅ ቢሆን ፣ በተጨማሪም መሥመር $Q'L$ ቢተለም (Q' በQC ተረዛሚ ላይ ቢሆንና $CQ = CQ'$ ቢሆን) MK ለQL ትይዩ ሆኖ $Q'L$ን K ላይ እንዲነካ ቢተለም (M የCQ እና ለQ ታካኪ ትይዩ የሆነው ክፍለዙር ቆራጭ RR' መቋረጫ ላይ ያለ ነጥብ ቢሆን) ፣ የሚከተለው ዝምድና እውን ነው።

$RM^2 = QM \cdot MK$

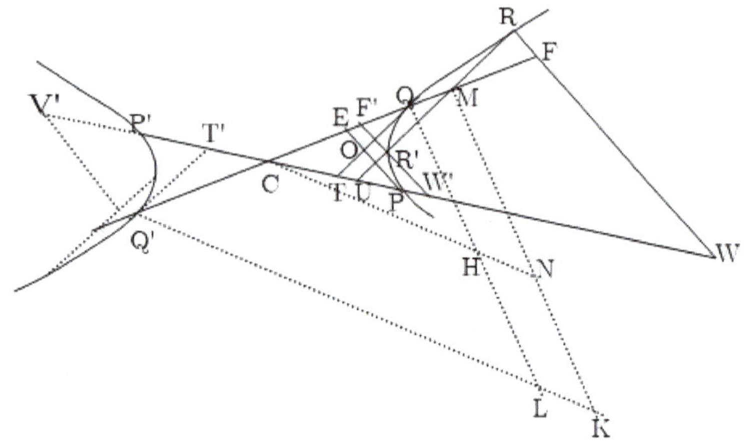

CN ከ $Q'L$ ጋር ትይዩ ይሁን።

RW የ $P'P$ ድር ይሁን።

በይሁንታ $QL: TQ \ = \ 2OK: QE$

ስለዚህ

$$\frac{OQ}{QE} = \frac{QH}{QT}$$

በዘዌ-ዘዌ አዋጅ

$\Delta QOE \sim \Delta MRF \ (\frac{RM}{MF} = \frac{QH}{QT})$

በአዋጅ-ሃ፬ መሠረት

$$\Delta RUW = \Delta CFW - \Delta CPE$$
$$= \Delta CFW - \Delta CQT$$

$$\Delta RUW = QTWF$$

$$\Delta RMF = QTUM$$

$$\Delta RMF = RM \cdot MF \sin R\widehat{M}F$$

$$QTUM = (QT + MU) \cdot QM \sin Q\widehat{M}U$$

$$Q\widehat{M}U = R\widehat{M}F$$

ስለዚህ

$$RM \cdot MF = (QT + MU) \cdot QM$$

$$\Delta CMU \sim \Delta CQT \Rightarrow \frac{CQ}{CM} = \frac{QT}{MU}$$

$$\Delta CQH \sim \Delta CMN \Rightarrow \frac{CQ}{CM} = \frac{QH}{MN}$$

$$\frac{MN}{QH} + 1 = \frac{MU}{QT} + 1$$

$$\frac{MN + QH}{QH} = \frac{MU + QT}{QT} \Rightarrow \frac{QH + MN}{QT + MU} = \frac{QH}{QT} = \frac{RM}{MF}$$

$$\frac{QM(QH + MN)}{QM(QT + MU)} = \frac{RM^2}{RM \cdot MF}$$

$$RM^2 = QM(QH + MN)$$

$$Q'C = CQ \Rightarrow QH = HL = NK$$

$$RM^2 = QM(QH + MN)$$
$$= QM(NK + MN)$$
$$= QM \cdot MK$$

መሆኑ እንሆ ተረጋገጠ።

አዋጅ-፵፮:- በሃይፐርቦላ P ላይ ታካኪ የሆነ መሥመር አውታር AA'ን T ላይ ቢነካው ፣ CD ለPT ትይዩ የሆነ የሃይፐርቦላው ግማሽ ንፍቅ ቢሆን ፣ የሚከተለው ዝምድና እውን ነው።

$$\frac{PT^2}{CD^2} = \frac{NT}{CN}$$

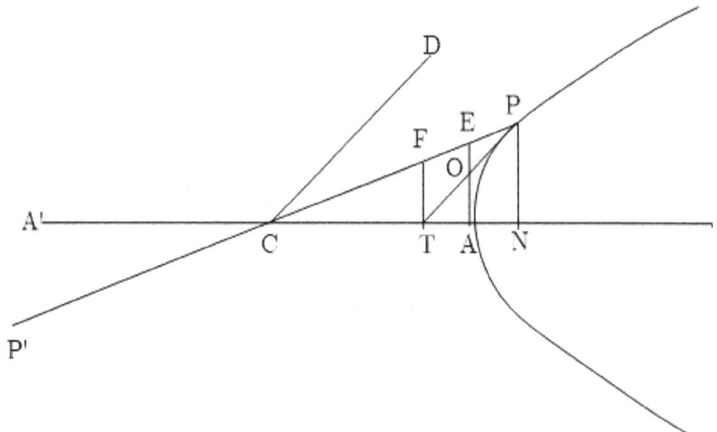

AE እና TV ለ ምስቅ ሆነው CPን እንዲያገኙ ሆነው ይተለሙ። AE PTን O ላይ ያቋርጠው። በአዋጅ? መሠረት

$$\frac{L}{2PT} = \frac{OP}{PE}$$

CD ለPT ትይዩ በመሆኑ የCP ተጣማጅ ነው። ስለዚህ

$$\frac{L}{2}CP = CD^2$$

$\Delta TPF \sim \Delta OPE$ በመሆኑም

$$\frac{L}{2PT} = \frac{TP}{PF} = \frac{OP}{PE}$$

ወይም $\frac{L}{2}PF = PT^2$

ውጤቶቹን በማጠናቀር

$$\frac{PT^2}{CD^2} = \frac{PF}{CP} = \frac{NT}{CN}$$

መሆኑ እንሆ ተረጋገጠ።

አዋጅ-ሃ፯:- PP' እና DD' በሃይፐርቦላ ጥንዶች ውስጥ ያሉ ተጣማጅ ንፍቆች ይሁኑ። በጥንዶቹ ጫፎች ላይ ከሚተለሙ ታካኪዎች ትይዩ ጎነ ፬ $LL'MM'$ ቢመሠረት የትይዩ ጎነ ፬ $LL'MM'$ መጠነ ሥፋት ከቀጤ ጎነ ፬ $AA'BB'$ መጠነ ሥፋት ጋር እኩል ነው።

የP እና የD ታካኪዎች እንደ ቅደም ተከተላቸው አውታር AA'ን T እና T' ላይ ያግኙት ፣ PN ለAA' ድር ይሁን። የAO ርዝመት

$$PO^2 = CN \cdot NT$$

እንዲሆን ተደርጎ ይተለም።

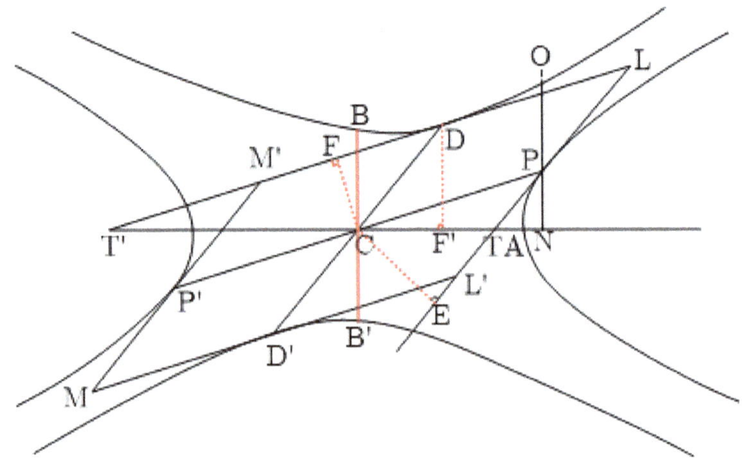

በአዋጅ-ሃ፫ መሠረት

$$\frac{CA^2}{CB^2} = \frac{CN \cdot NT}{PN^2} \Rightarrow \frac{CA}{CB} = \frac{PO}{PN}$$

$$\frac{CA^2}{CA \cdot CB} = \frac{PO \cdot CT}{CT \cdot PN}$$

$$\frac{CA^2}{PO \cdot CT} = \frac{CA \cdot CB}{CT \cdot PN}$$

$$\frac{CT \cdot CN}{PO \cdot CT} = \frac{CA \cdot CB}{CT \cdot CN}$$

በአዋጅ-ሃ፮ መሠረት

$$\frac{PT^2}{CD^2} = \frac{NT}{CN}$$

$$\Delta T'CD \sim \Delta CTP \Rightarrow \frac{T'C}{T'D} = \frac{CT}{CP} ፤ \frac{CP}{T'D} = \frac{PT}{CD}$$

$$\Delta T'CF \sim \Delta CPN \Rightarrow \frac{T'C}{CF} = \frac{CP}{PN}$$

$$\Delta T'F'D \sim \Delta CNP \Rightarrow \frac{DF'}{T'D} = \frac{PN}{CP}$$

$$\frac{T'C}{T'D}\frac{DF'}{T'D} = \frac{CT}{CP}\frac{PN}{CP} \Rightarrow \frac{\Delta T'CD}{T'D^2} = \frac{\Delta CTP}{CP^2}$$

$$\frac{\Delta CTP}{\Delta T'CD} = \frac{CP^2}{T'D^2} = \frac{PT^2}{CD^2} = \frac{NT}{CN}$$

የትይዩ ጎነ-፬ CPLD መጠነ ሥፋት

$$(CL) = PL \cdot CE = CD \cdot EL = DL \cdot CF = CP \cdot CF$$

$$\Delta CTP = \frac{1}{2} TP \cdot CE$$

$$\Delta T'CD = \frac{1}{2} DT' \cdot CF$$

በማጠናቀርም

$$\frac{2\Delta CTP}{(CL)} = \frac{PT}{CD} = \frac{CP}{DT'} = \frac{(CL)}{2\Delta T'DC}$$

PO የ CN እና CT ብዜት ሥርው በመሆኑ

$$\frac{2\Delta CTP}{(CL)} = \frac{PO}{CN} = \frac{PO\cdot CT}{CT\cdot CN} = \frac{CT\cdot PN}{CA\cdot CB}$$
$$= \frac{2\Delta CTP}{CA\cdot CB}$$

ስለዚህ

$$(CL) = CA\cdot CB$$

ግራና ቀኙን በ፬ በማባዛት

$$\square LL'MM' = AA'\cdot BB'$$

ፓራቦላ (ደጋኖ)

ፓራቦላ በጠለል ውስጥ ያሉ ከአንድ ነጥብ (ትኩረት ነጥብ) እና ከአንድ መሥመር (መሪ መሥመር) በእኩል ርቀት ላይ የሚገኙ ነጥቦች ስብስብ ነው። ቅርጫት (ግእዝ ከረቦ) ፣ ጣባ ፣ ቆሬ ፣ ደጋን የሚመስል ጠለል ሥዕል ነው። ደጋኖ ሥያሜ ስምምነት ቢያገኝ እና ጥቅም ላይ ቢውል እላለሁ። ነገር ግን ፓራቦላንም ራሱን ቀጥታ መዋስ ይችላል። በሚከተሉት ትንተናዎች ፓራቦላ በማለት ቀጥታ የግሪኩን ቃል እንጠቀማለን። ፓራቦላ ከግሪክ ቃል ፓራበል የተገኘ ነው። በጎን መወርወር የሚል ትርጉም አለው።

ፓራቦላን ለመትለም

ፓራቦላን ለመትለም የሚከተለውን መንገድ መከተል ይቻላል። A የፓራቦላው መቀልበሻ (መታጠፊያ ነጥብ ይሁን።) የፓራቦላው መሪ መሥመር ከA በተሰጠ ርቀት ላይ ይሁን።

1. ከነጥብ A ለመሪ መስመሩ ምስቅ የሆነ መሥመር ይተለም።
2. Aን እንደ ማዕከል በመጠቀም BAን እንደ ማዳር በመጠቀም ከB በመነሳት ግማሽ ክብ ይተለም። ለB ተቃራኒ የሆነው የግማሽ ክቡ መጨረሻ F የፓራቦላው የትኩረት ነጥብ ነው። BA የፓራቦላው ልኬታ (parameter) ይባላል።

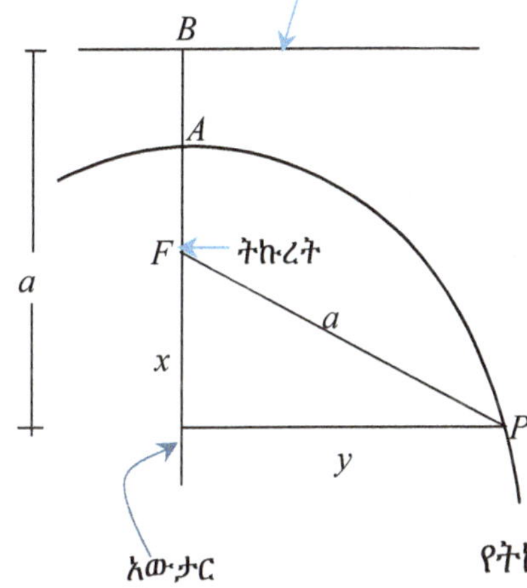

3. በመቀጠል ፣ ለመረጥነው የአውታር ነጥብ እንበልና ፓራቦላው ላይ ያለን ነጥብ ለማግኘት ፣ ኮምፓሳችንን የትኩረት ነጥቡ ላይ በማማከል ከመሪ መስመሩ እስከ መረጥነው የአውታር ነጥብ ድረስ ያለውን ርዝመት ያህል ማዳር በመጠቀም ክብ እንትልማለን።
4. ከመረጥነው የአውታር ነጥብ በመነሳት ለዐቢይ አውታሩ ምስቅ የሆነ ንዑስ አውታር እንትለማለን።
5. የተለምነው ምስቅ መሥመር ከተለምነው ክብ ጋር የሚገናኝበት ነጥብ በፓራቦላው ላይ

የሚገኝ ነጥብ ነው። በዚሁ መልኩ የፈቀድነውን ያህል ነጥቦች በማስቀመጥ ፣ የፓራብላውን ቅርንጫፎች መትለም እንችላለን።

ብይኖች

- <u>ቀ-ጎን</u> (ላቱስ ሬክተም): የፓራቦላ ቀጎን በትኩረት ነጥቡ ለፓራቦላው አውታር ምስቅ ሆኖ (ለመሪ መስመሩ ትይዩ ሆኖ) የፓራቦላውን ቅርንጫፎች የሚነካ መሥመር ነው። ርዝመቱም ከፓራቦላው መታጠፊያ እስከ ትኩረት ነጥቡ ድረስ ያለውን ርዝመት አራት እጥፍ ነው ($4AF$) ያህል ነው።
- <u>መሃል-ወጥ</u> (eccentricity) የፓራቦላ መሃል ወጥ አሃድ ነው።

በማስከተል ፓራቦላን የሚመለከቱ ጥቂት አዋጆችን እንዳሣለን።

አዋጅ-ፓ፩:-የክፍለ ቅምብቡ ንፍቅ PM ለጎነ-፫ ABC አንደኛው ጎን ፣ እንበልና AC ትይዩ ይሁን። በክፍለ ቅምብቡ ጠለል ለተያዘው PM ምስቅ ሆኖ የተተለመው ቀጤ መሥመር PL ርዝመት

$$\frac{PL}{PA} = \frac{BC^2}{BA \cdot BC}$$

እንዲሆን ቢደረግ

$$QV^2 = PL \cdot PV$$

ነው።

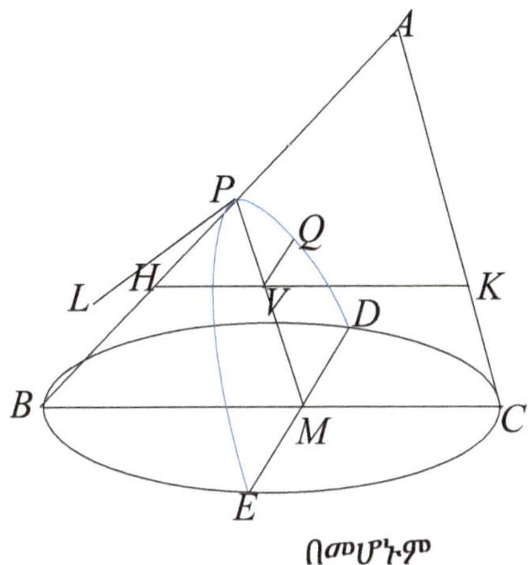

ማረጋገጫ

HK በV የሚያልፍ እና ለ BC ትይዩ ይሁን። QV ም ለ DE ትይዩ በመሆኑ H ፣ Q እና Kን የያዘው ጠለል ለጎነ-ፒቱ መሠረት ትይዩ ነው። QV ለHK ምስቅ ነው። እንዲሁም HK ንፍቁ የሆነ ክብ መሥራት ይቻላል። በመሆኑም

$HV \cdot VK = QV^2$ ነው። (የፓይታጎረስን አዋጅ ተከታይ ንውስ አዋጅ ፺ን ተመልከት።)

$$\Delta HVP \sim \Delta BCA \Rightarrow \frac{HV}{PV} = \frac{BC}{AC}$$

$$\Delta HVP \sim \Delta HKA \Rightarrow \frac{HV + VK}{HV} = \frac{HP + PA}{HP} \Rightarrow \frac{VK}{HV} = \frac{PA}{HP} = \frac{BC}{BA}$$

$$\therefore \frac{HV \cdot VK}{PV \cdot PA} = \frac{BC^2}{BA \cdot AC} = \frac{PL}{PA}$$

$$\frac{QV^2}{PV \cdot PA} = \frac{PL}{PA}$$

$$QV^2 = PL \cdot PV$$

መሆኑ እነሆ ተረጋገጠ።

አዋጅ-፫፪:-ነጥብ T ከፓራቦላው ውጭ በፓራቦላው ንፍቅ ላይ ያለ ነጥብ ቢሆንና ከQ ተነስቶ ወደ ንፍቅ PV የሚሄድ ድር መረገጫ ቢሆን $TP = PV$ ከሆነ መሥመር TQ Q ላይ ለፓራቦላው ታካኪ የሆነ መሥመር ነው።

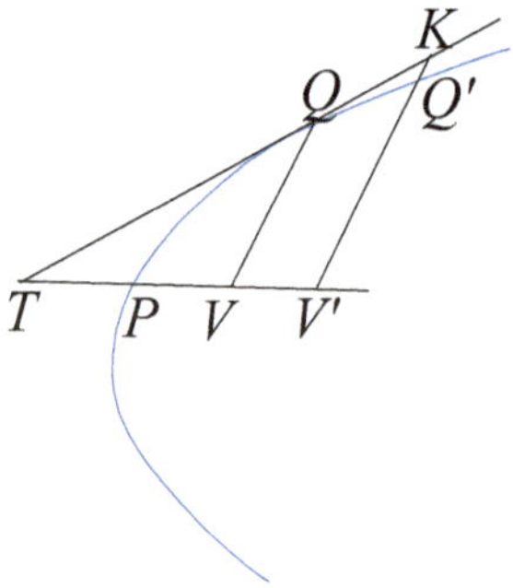

ማረጋገጫ

ቀጤ መሥመር TQ ቢረዝም መስመሩ በፓራቦላው ውስጥ እንደማያልፍ ለማረጋገጥ የአፖሎኒዎስ መንገድ እንደሚከተለው በተቃርኖ ሥነሞገት ነው። ከK በመነሳት ለድር QV ትይዩ የሆነ ቀጤ መሥመር $Q'KV$ን ትለም። ቀጤ መስመሩ ፓራቦላውን Q' ላይ ያቋርጠው ፤

$$\frac{Q'V'^2}{QV^2} > \frac{KV'^2}{QV^2} \text{ ይሁን ብለን እንነሳ።}$$

(የግምቱ መነሻ ለአዋጁ ተቃራኒ መሆኑን ልብ በል። አዋጁ ልክ ባይሆን ግምቱ ልክ ይሆናል እንደማለት።)

$$\Delta TVQ \sim \Delta TV'K \Rightarrow \frac{KV'}{QV} = \frac{TV'}{TV}$$

$$\frac{Q'V'^2}{QV^2} > \frac{TV'^2}{TV^2}$$

በአዋጅ-፫፩ መሠረት

$$QV^2 = L \cdot PV \text{ ፤ } QV'^2 = L \cdot PV$$

$$\frac{PV'}{PV} > \frac{TV'^2}{TV^2}$$

$$\frac{4TP \cdot PV'}{4TP \cdot PV} > \frac{TV'^2}{TV^2}$$

$TP = PV$ ብለን ስለተነሳን $(TP \cdot PV = TV^2)$

$$\therefore 4TP \cdot PV' > TV'^2$$

በመነሻችን ግን TV' P ላይ እኩል አይከፈልም ስላልን ከላይ ከደረስንበት በተቃራኒ

$$4TP \cdot PV' < TV'^2$$

በተቃርኖ ሥነሞገት መሠረት ቀጤ መሥመር TQ ቢረዝም በፓራቦላው ውስጥ ሊያልፍ አይችልም።

አዋጅ-፺፫ QV እና QT በP ለሚያልፍ የፓራቦላ ንፍቅ ድር ይሁኑ። ቀጤ መሥመር QT Q ላይ ፓራቦላውን የሚነካ እና T ላይ ንፍቁን የሚነካ ይሁን። ቀጤ መሥመር RU ለQT ትይዩ የሆነ ንፍቁን U ላይ የሚነካ ይሁን። ለንፍቁ ትይዩ የሆነ በQ ላይ የሚያልፍ ቀጤ መሥመር የ RWን ርዘማ F ላይ ቢያገኘው ፤ P ላይ ፓራቦላውን ታካኪ የሆነን ቀጤ መሥመር E ላይ ቢያገኘው ፤ የ ΔRUW ሥፋት ከጎነ-፬ (EW) ሥፋት ጋር እኩል ነው።

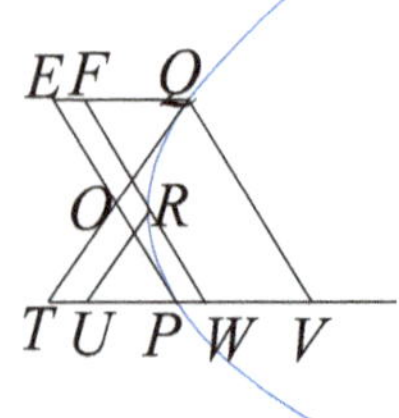

ማረጋገጫ

QT ፓራቦላውን ታካኪ በመሆኑ በአዋጅ-፫፪ እንደተረጋገጠው $TV = 2PV$

ስለዚህ

$$\Delta QTV = (EV) \ldots \ldots \ldots 1$$

በአዋጅ-፫፩ እንዳረጋገጥነው

$$\frac{QV^2}{RW^2} = \frac{PV}{PW} \;(QV^2 = L \cdot PV \;፣ RW^2 = L \cdot PW)$$

ስለዚህ

$$\frac{\Delta QTV}{\Delta RUW} = \frac{(EV)}{(EW)}$$

በ1 መሠረት

$$\Delta QTV = (EV)$$

$$\Delta RUW = (EW)$$

እነሆ ተረጋገጠ።

አዋጅ-፫፬ ለፓራቦላ ንፍቅ ትይዩ ሆኖ የሚተለም የትኛውም መሥመር በዚያ ነጥብ ላይ ታካኪ ለሆነው

መሥመር ትይዩ የሆኑ ሌሎች መሥመሮችን ሁሉ እኩል ይከፍላቸዋል።

ማረጋገጫ

$RR'Q$ ላይ ታካኪ ለሆነው መሥመር ትይዩ የሆነ ማንኛውም መሥመር ይሁን። ይህ መሥመር የፓራቦላውን

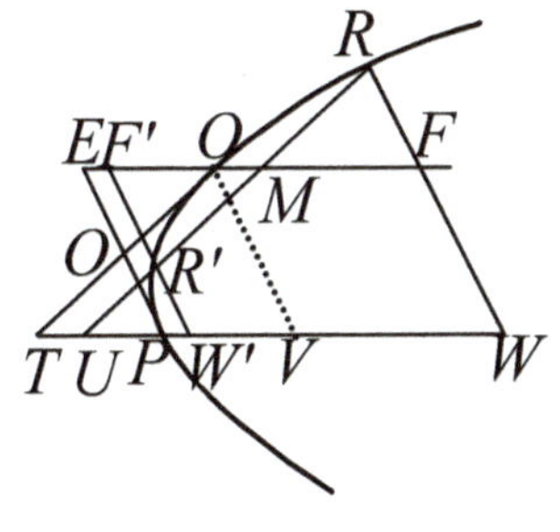

ንፍቅ PVን U ላይ ያግኘው። RR' ለ PV ትይዩ ሆኖ RR'ን M ላይ እንዲያገኘው ሆኖ ይተለም። $R'W'$ ፣ QV እና RW እንደቅደም ተከተላቸው ከ R' ፣ ከ Q' እና ከ R የሚነሱ ድሮች ይሁኑ።

በአዋጅ-ፓ፫ መሠረት

$$\Delta RUW = \square EW$$

እንዲሁም

$$\Delta R'UW' = \square EW'$$

በማቀናነስ

$$RWW'R' = \square F'W$$

የጋራቸው የሆነውን $R'W'WFM$ን ከሁለቱም ላይ በመቀነስ $\Delta RMF = \Delta R'MF'$ ይገኛል። እንዲሁም $R'F'$ እና RF ትይዩ በመሆናቸው $RM = MR'$ መሆኑ ጥዩቅ ነው።

አዋጅ-ፓ፮ በፓራቦላ ነጥብ P ላይ ታካኪ የሆነ መሥመር እና የፓራቦላው ንፍቅ ጽንፍ ለፓራቦላው Q ላይ ታካኪ

የሆነን ምስመር O ላይ ያገኙት በQ የሚያልፈው እና ለንፍቁ ትይዩ የሆነው መሥመር ደግሞ E ላይ ያገኘው። RR' Q ላይ ታካኪ ለሆነው መሥመር ትይዩ የሆነ ፓራቦላ ቆራጭ መሥመር PTን U ላይ ያገኘው ፣ እንዲሁም የEQን ርዝሜ M ላይ ያገኘው።

$$\frac{OQ}{QE} = \frac{L}{2QT}$$

ከሆነ

$$RM^2 = L \cdot QM$$

ነው። ለአዋጅ-፺፬ የተሠራውን ሥዕል ተመልከት።

ማረጋገጫ

$$QE = FV = TP$$

$$\Delta FOQ = \Delta POT$$

ሁለቱ ጎነ-፫ቶች ላይ ጎነ-፬ $QOPWF$ን እንደምርባቸው።

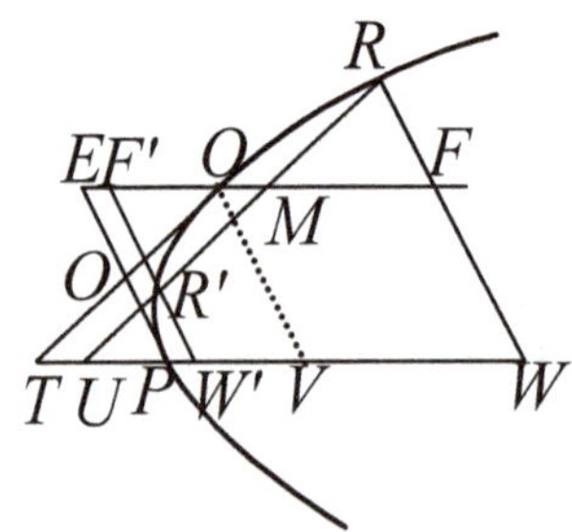

በአዋጅ-፺፫ መሠረት $\square QTWF = \square(EW) = \Delta RUW$

ከሁለቱም ላይ ጎነ-፬ $RUWF$ን ስንቀንስ $\square QU = \Delta RMF$ መሆኑን እናገኛለን። በመሆኑም

$$RM \cdot MF = 2QM \cdot QT \ldots (1)$$

ነገር ግን

$$\frac{RM}{MF} = \frac{OQ}{QE} = \frac{L}{2QT}$$

ወይም

$$\frac{RM^2}{RM \cdot MF} = \frac{L \cdot QM}{2QM \cdot QT}$$

ስለዚህ ከ 1

$$RM^2 = L \cdot QM$$

መሆኑ እነሆ ተረጋገጠ።

አዋጅ-፹፯ P እና Q በፓራቦላ ላይ ያሉ ሁለት ነጥቦች ይሁኑ የ P ታካኪ እና በQ ላይ የሚያልፍ የፓራቦላው ንፍቅ መሥመር E ላይ ቢገናኙ ፤ እንደዚሁም የQ ታካኪና በP ውስጥ የሚያልፍው የፓራቦላው ንፍቅ መሥመር T ላይ ቢገናኙ $\Delta OPT = \Delta OQE$ ነው።

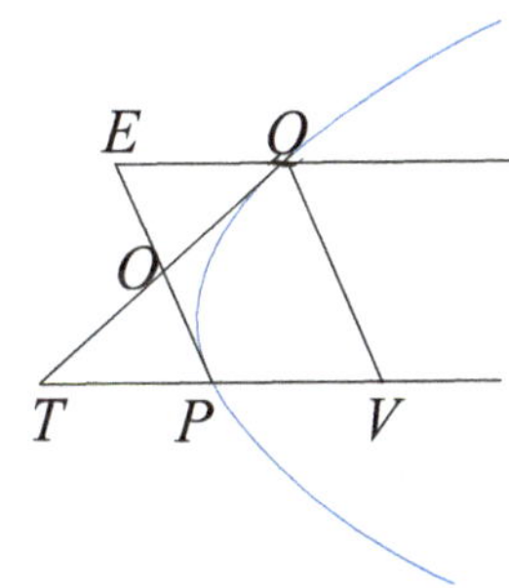

ማረጋገጫ

$$TP = PV \Rightarrow TP = 2PV$$

$$\square EV = \Delta QTV$$

የጋራ የሆነውን $OPVQ$ን በመቀነስ

$$\Delta OQE = \Delta OPT$$

መሆኑ እነሆ ተረጋገጠ።

አዋጅ-፲፯ በአዋጅ-፲፮ የተተለመውን ይዘን R በክፍለ ቅምብቡ (በዚህ አገባብ ፓራቦላው) ላይ የሆነ ነጥብ ቢሆን ፣ RU ለQT ትይዩ ሆኖ በP የሚያልፈውን የፓራቦላውን ንፍቅ U ላይ የሚያገኘው ቢሆን እንዲሁም ለ P ታካኪ ትይዩ የሆነ እና በR የሚያልፍ መሥመር QTን H ላይ ቢያገኘው ፣ በQ እና በP የሚያልፉትን ንፍቆች ደግሞ እንደ ቅደም ተከተላቸው F እና W ላይ ቢያገኝ $\Delta HQF =$ ጎነ $-$ ፬ $HTUR$ ነው።

ማረጋገጫ

RU በQ የሚያልፈውን ንፍቅ M ላይ ያግኘው በአዋጅ-፲፩ መሠረት

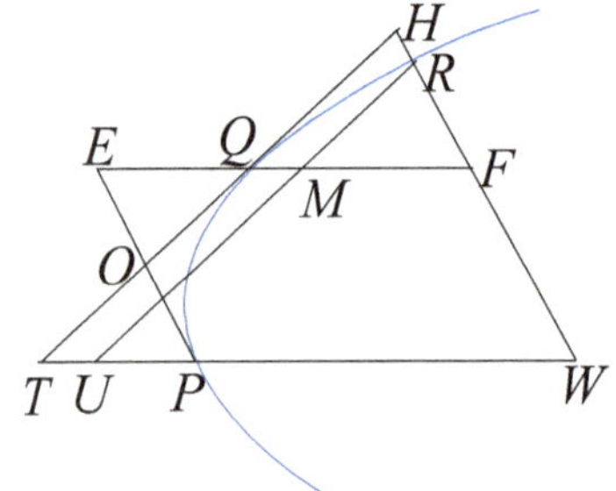

$\Delta RMF =$ ጎነ $-$ ፬ $QTUM$

የHMን ሥፋት በመደመር ወይም በመቀነስ

$\Delta HQF =$ ጎነ $-$ ፬ $HTUR$

መሆኑ እነሆ ተረጋገጠ።

አዋጅ-፲፰ የፓራቦላ የማንጸባረቅ ጸባይ

ወደ አንድ ፓራቦላ ለፓራቦላው አውታር ትይዩ በሆነ አቅጣጫ የብርሃን ማዕዘር ቢላክ ፣ ማዕዘሩ P ላይ ነጥሮ ቢንጸባረቅ ፣ የተንጸባረቀው ማዕዘር በፓራቦላው የትኩረት ነጥብ ያልፋል። እንዲሁም ከፓራብላው ትኩረት ወደ

ፓራቦላው ግድግዳ የተላከ ብርሃን ለፓራቦላው አውታር ትይዩ በሆነ አቅጣጫ ይንጸባረቃል።

ማረጋገጫ በM የሚያልፈው የተቆራረጠ መሥመር የፓራቦላው መሪ መሥመር ይሁን። TPQ ፓራቦላውን P ላይ የሚነካ ታካኪ መሥመር ይሁን። NP ለፓራቦላው አውታር ትይዩ የሆነ የብርሃን ማዕዘር ይሁን።

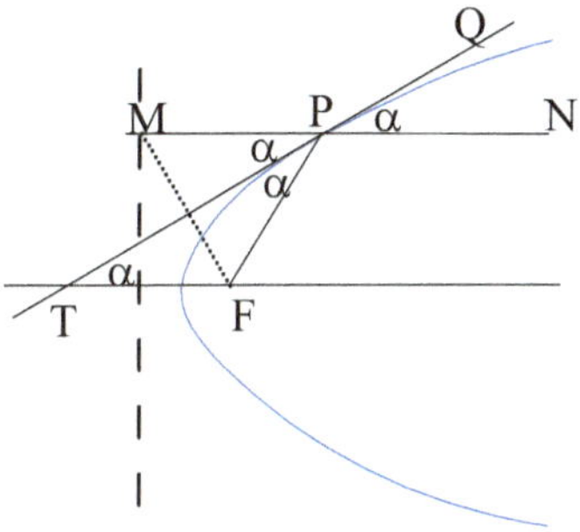

$MP = PF$ (የፓራቦላ ብይን ነው።) ስለዚህ ΔFMP መንቴ ጎነ-፫ በመሆኑ $\measuredangle MPT = \measuredangle TPF$ እንዲሁም ቀጤ መሥመር NPM ከቀጤ መሥመር TF ጋር ትይዩ በመሆኑ $\measuredangle PTF = \measuredangle NPQ$። ስለዚህ $\measuredangle NPQ = \measuredangle TPF$ በመሆኑ በNP አቅጣጫ የተላከ የብርሃን ማዕዘር በPF ላይ የሚነጸባረቅ መሆኑ እነሆ ተረጋገጠ። ይህ የፓራቦላ ጸባይ ብዙ ተግባራዊ ጠቀሜታ አለው። የፀሐይ ብርሃንን አንድ ነጥብ ላይ ለመሰብሰብ ይጠቅማል። ይህ መሰብሰብ ከፍተኛ ሙቀትን ይፈጥራል። ሙቀቱ በቀጥታም ጥቅም ላይ ሊውል ይችላል ፣ ተጠራቅሞም ወደ ኮረንቲነት (ፈሰሰ መብርሂት) ሊቀየር ይችላል። እንዲሁም የራዲዮ እና የተሌቭዥን ስርጭቶችን ለመሰብሰብ የምንጠቀመው ሳህን የሚሠራው በፓራቦላዊ ሥፍራ ነው። ለሥነፈለክ ጥናት በሚውሉ የህዋ መመልከቻዎችም ውስጥ እንዲሁ ተግባራዊ ጠቀሜታ አለው።

<u>ሥፋት እና ይዘት በአርኪሜዲስ የስሌት ሚዛን</u>

አርኪሜዲስ የነገሮችን ሥፋት እና ይዘት ለማግኘት የሚጠቅም የስሌት ሚዛን ፈልስፎ ነበር። በዚህ የስሌት ሚዛን የፓራቦላን ሥፋት ፣ የድቡልቡል ነገሮችን ይዘት ፣ እና የመሳሰሉትን ማስላት ችሎ ነበር (አርኪሜደስ (287-212ቅልክ), 2005)። ይኽን መንገድ ለጊዜው በዝርዝር አላቀርበኩትም። በቀጣይ ዕትም ይካተታል።

ዋቢ መጻሕፍት

Bisom, T. (2021). The Works of Omar Khayyam in the History in the History of Mathematics. *The Mathematics Enthusiast*, 290-305.

Coolidge, J. L. (1949). The Story of the Binomial Theorem. *The American Mathematical Monthly, 56*(3), 147-157.

Singh, P. (1985). The so-called Fibonacci numbers in ancient India. *Historia Mathematica, 12*, 229-244.

ሖውኪንግ, ስ. (2005). *God created the integers.* London: Penguin Group.

ሄዝ, ቶ. ሊ. (1896). *Apollonius of Perga Treatise on conicsections edited in modern notation with introduction including an essay on the earlier history of the subject.* Cambridge: University press.

ሄዝ, ቶ. ሊ. (፲፰፻፺፯). *The works of Archimedes.* Cambridge University Press.

ሲግለር, ላ. (2003). *Fibonacci's Liber Abaci. A translation into modern English of Leonardo Pisano's book of calculation.* London, Berlin, Heildelberg: Springer Verlag.

በጦለሚ, ክ. (1984). *Almagest. J.G. Toomer እንደተረጎመው: ሎንደን.*

ኒውተን, ይ. (፲፮፻፹፯). *Philosophiæ naturalis principia mathematica.*

አርቺሜደስ (287-212ቅልክ). (2005). Measurement of a circle. በ ስ. ሖውኪንግ, *God created the integers* (ገጽ. 194-199). London: Pinguin group.

አርቺሜደስ (287-212ቅልክ). (2005). The method of Archimedes-Treating of mechanical problems - to erathosthenes. በ ስ. ሖውኪንግ, *God created the integers* (ገጽ. 119-239).

ዩክሊድ (325-265 ቅልክ). (2005). Elements. በ ስ. ሖውኪንግ, *God created the integers* (ገጽ. 1-117). London: Pinguin group.

የጸሓፊው መልዕክት

ውድ አንባቢ ፣ እነሆ በዚች አጭር መጽሐፍ ቁጥሮችን እና ዩክሊዳዊ ሥነ-ሥፍራን ባጭሩ ዳስሠናል። በሥነ-ቁጥር እና በሥነ-ሥፍራ ካለው የዕውቀት ባሕር በጭልፋ እንደመጨለፍ ነው። የመጽሓፉ ዐላማ በዋነኝነት የሒሳብ ተግባራትን የሚገልጡ ቃላትን ማቅረብ ነው። ይዘቱን በሠፊው መዳሰሥን በዘርፉ ለሰለጠኑ ኢትዮጵያውያን አደራ እያልኩ የሚከተለውን መልዕክት ለማስተላለፍ እወዳለሁ።

- ለታዳጊዎች። ሒሳብ ልምምድ ይፈልጋል። በተቻላችሁ መጠን ከራሳችሁ ጋር እስከሚዋሐድ ድረስ ተለማመዱ። ዘመናችን የመረጃ ዘመን ነው። ብዙ መጻሕፍት በድረገጽ ይገኛሉ። በሥነ-ሥፍራ ላይ ብዙ አዋጆችን ታገኛላችሁ። ራሳችሁ ለማረጋገጥ ሞክሩ ፣ ካረጋገጣችሁ በኋላ በቋንቋችሁ ለመተርጎም ሞክሩ። በዚች መጽሐፍ የምታገኟቸው ቃለት እንደመነሻ ይረዷችኋል።
- ለቋንቋ ምሁራን። በዚች መጽሐፍ ውስጥ የተካተቱት ቃላት ብዙ ታስቦባቸው ፣ ይዘታቸው ለተደራሲው ዐይነ ኅሊና ክሡት እንዲሆን ታስበው የተመረጡ ናቸው። በጊዜ መጣበብ ምክንያት የቃላት መፍቻ አላዘጋጀሁም። ይኸን ለማዘጋጀት ፍላጎቱ እና ጊዜው ቢኖራችሁ አብሬያችሁ ለመሥራት ሙሉ ፈቃደኛ ነኝ።

- <u>ለአስተማሪዎች እና የሒሳብ ምሁራን</u>። ይች መጽሐፍ በፊታችሁ ከተንጣለለው የሒሳብ ዕውቀት እጅግ ትንሹን የያዘች ናት። ተጨማሪ የሒሳብ ዘርፎችን በቅርቡ ወደናንተ ለማድረስ ሥራዎችን አጠናቅቄያለሁ። ቢሆንም ግን እኔ ሙሉ ጊዜየን በዚህ ሥራ ላይ ለማሳለፍ የሥራ ሁኔታየ ምቹ ስላልሆነ እናንተ አብዝታችሁ እንድትሠሩበት አደራ እላለሁ። የምታስተምሯቸውን ተማሪዎች ስለይዘቱ በአማርኛ ቋንቋ ብትገልጹላቸው ለመገንዘብ ይቀላቸዋል።
- <u>የትምሕርት ይዘት ቀረጻን የምታከናውኑ ባለሞያዎች</u>። የተለያዩ የትምሕርት ዘርፎችን በተለይም በዝቅተኛ የትምሕርት ደረጃዎች በሀገራችን ቋንቋዎች ለመስጠት የታሰበ መልካም ሐሳብ አለ። ነገር ግን የማስተማሪያ መጻሕፍት ሲዘጋጁ በእኔ ግምት በውል ስለማይታሰብባቸው የሚመረጡት ቃላት በተማሪው ሐሳብ ውስጥ ፍሬ ያለው ነገር አይዙም።ከማስተማሪያ መጻሕፍት ዝግጅት አስቀድሞ በተለያዩ ዘርፎች ያሉ ምሁራን በየዘርፋቸው ያለን ዕውቀት በአማርኛ እንዲተረጉሙ መወጠር እና ከነዚያ ውስጥ ምቹ የሆኑ ቃላትን በመምረጥ ለማስተማሪያ መጻሕፍት እና ለቃላት መፍቻ መጻሕፍት ዝግጅት እንዲውሉ ማድረግ ይቻላል።

- <u>ለሀገራችን ምሁራን</u>። ብዙዎቻችን ዘመናዊ ትምህርት ቀስመን እስከ ሦስተኛ መዓርግ ድረስ ደርሰናል ፣ የመመረቂያ ጽሑፎችን ፣ የምርምር ሥራዎችን አሳትመናል። ከሥራዎቻችን የተወሰኑትን እየመረጥን ወደ አማርኛ ቋንቋ ብንተረጉማቸው ለሀገራችን የትምሕርትና የሥነዘዴ ዕድገት አስተዋጽኦ እናደርጋለን።
- <u>ሳይንሳዊ ዕውቀትን ለምትተረጉሙ ጸሓፍት</u>። በራሳችሁ ተነሳሽነት ይኸን ሥራ የምትሠሩ ጸሓፍት ልትመሰገኑ ይገባል። ምትጽፉትን ከሥረመሰረቱ መርምሩ። ቢቻላችሁ ከትርጉም ትርጉም ሳይሆን የዕውቀቱን አመንጭዎች ሥራ መርምሩ። የአንስታይንን ከአንስታይን ፣ የኒውተንን ከኒውተን። ጽሑፋችሁ አጋኖ ባይበዛው ይመረጣል። በውል ያልመረመራችሁትን በይሆናል ፣ ወይም ተጽፎ ስላገኛችሁት ብቻ ለተደራሲዎቻችሁ አታቅርቡ።
- <u>ለቤተክርስቲያን ሊቃውንት</u>። የሀገራችን ትምሕርት ለዘመናት የቆመው ቀደምት አባቶቻችን ባቆሙት የቤተክርስቲያን ትምሕርት ነው። በቋንቋ ፣ በዜማ ፣ በሃይኖታዊ ትምሕርቱ ላይ የሒሳብ ፣ የቅመማ ፣ የሥነፈለክ ፣ የታሪክ ፣ የፍልስፍና ወንበሮች ተጨምረው (ካሉም ተጠናክረው) ቢቀጥል ፣ ከአስኳላ ትምሕርት በእጅጉ በበለጠ ለሀገራችን ችግሮች መፍትሔዎች ያስገኛል የሚል እምነት አለኝ።

www.ingramcontent.com/pod-product-compliance
Lightning Source LLC
LaVergne TN
LVHW020024170826
845678LV00001B/102

9788269358308